BESTU NÁTTÚRULEGU KÖKURNAR: MATREIÐSLUBÓK

100 hollar kökuuppskriftir fyrir heilsumeðvitaða

ÞÓRDÍS JÓHANNSDÓTTIR

Höfundarréttarefni ©2023

Allur réttur áskilinn

Engan hluta þessarar bókar má nota eða senda á nokkurn hátt eða á nokkurn hátt án skriflegs samþykkis útgefanda og höfundarréttarhafa, nema stuttar tilvitnanir sem notaðar eru í umsögn. Þessi bók ætti ekki að koma í staðinn fyrir læknisfræðilega, lögfræðilega eða aðra faglega ráðgjöf.

EFNISYFIRLIT

EFNISYFIRLIT 3
INNGANGUR 6
HÁAR KÖKUR 7
   1. Grunnhveitilaus kaka 8
   2. Appelsínu-möndlukaka 10
   3. Hindberja-sítrónu draumur 12
   4. Jarðarberjakaka 14
   5. Kókoskaka með Nutella heslihnetusósu 16
   6. Súkkulaði-kirsuberjakaka 18
   7. Lítil kakómústertur 20
   8. Lítil gulrótarkökur með appelsínu 22
   9. Súkkulaði avókadó hrákaka 24
   10. Hindberjasítrónu hrá ostakaka 26
   11. Matcha Mint Raw kaka 28
   12. Kókos Mango Raw kaka 30
   13. Bláberja vanillu hrákaka 32
   14. Hnetusmjör Banana Raw kaka 34
   15. Gulrótarkaka með rjómalögguðu kasjúhnetufrosti 36
   16. Möndlugleði Raw kaka 38
   17. Pecan Pie Raw kaka 40
   18. Lavender Honey Raw kaka 42
KÖKUR UM ÁKVÆÐA 44
   19. Jarðarberjabanana hafrakaka 45
   20. Bláberjasítrónujógúrtkaka 47
   21. Mangó Coconut Chia frækaka 49
   22. Ananas kaka á hvolfi 51
   23. Eplakanill Valhnetukaka 53
   24. Hindberjamöndlukaka 55
   25. Kiwi Lime kókoskaka 57
   26. Ferskja engifer túrmerik kaka 59
   27. Brómberjasítrónuvalmúakaka 61
   28. Appelsínumangó kókoskaka 63
GRÆNTAMÁLASTÖKUR 65
   29. Sætkartöflu súkkulaðikaka 66
   30. Gulrótar kúrbítskaka 68
   31. Rauðrófuappelsínukaka 70
   32. Spínatbananakaka 72

33. Graskerkryddblómkálskaka 74
34. Butternut Squash og Eplataka 76
35. Spínat og ananas kaka á hvolfi 78
36. Grænkál og bananakaka 80
HEILKORKÖKUR **82**
37. Heilhveiti bananahnetukaka 83
38. Hafrabláberjasítrónukaka 85
39. Kínóa súkkulaði kúrbítskaka 87
40. Speltmjöl gulrótarkaka 89
41. Bókhveitiberja morgunverðarkaka 91
42. Teff döðlukaka 93
43. Amaranth kókos lime kaka 95
44. Sorghum piparkökukaka 97
SYKURFRÍAR KÖKUR **99**
45. Hollara sítrónukaka 100
46. Sykurlitla súkkulaðisamlokukaka 103
47. Marokkósk appelsínu- og kardimommukaka 105
48. Sykurlaus sítrónukaka 107
49. Sykurlaus bananavalhnetukaka 109
50. Sykurlaus möndlumjöl appelsínukaka 111
GLUTENSFRÍAR KÖKUR **113**
51. Graham Cracker ostakaka 114
52. Sítrónukókosbollur 116
53. Súkkulaðikaka 118
54. Sítrónu og bláberja súrmjólkurbollur 121
55. Súkkulaði hindberjabollur 124
56. Einföld gul kaka 126
57. Ostakaka í New York-stíl 128
58. Einstakar Key Lime ostakökur 131
59. Tvöföld súkkulaði Fudge ostakaka 134
60. Mexíkósk súkkulaðipundakaka 137
61. Miðjarðarhafs sveskju-plómukaka 140
62. Möndlu- og appelsínuhveitilaus kaka 142
63. Appelsínu- og ólífuolíukaka 144
64. Súkkulaðimúskaka 146
65. Súkkulaðirúlluterta 149
66. Sítrónuvalmúafrækaka 152
67. Bláberja lime kaka 155
68. Sesamsítrónukaka 157

69. Kanilsnúðarkaka 159
VEGAN KÖKUR 161
70. Snickerdoodle bollakökur með sykursmjörkremi 162
71. Draumkenndar rjómafylltar súkkulaðibollur 165
72. Ís sundae bollakökur 168
73. Sætar kartöflur og kaffibrúnkökur 171
74. Súkkulaði-nammi ostakaka 173
75. Smákökur og rjómabollur 175
76. Jarðarberja-vanillu bakaðar D'oh-hnetur 177
77. Gljáð bláberja Streusel kaffikaka 179
78. Bananabúðingskaka 182
79. Gulrótarkaka með rjómaostafrosti 184
80. Tvöföld súkkulaðikaka 186
81. Ristað kókoslagsterta 189
82. Kaka í krús 192
83. Kakakókaka 194
84. Svartskógarkaka 196
85. Graskerjakaka 199
86. Deeply Delish Frosted Súkkulaðikaka 201
EKKI BAKKAÐUR 204
87. No-Bake rommkaka 205
88. No-Bake sjólaga kaka 207
89. No-Bake súkkulaðikremkaka 209
90. No-Bake ávaxtakaka 211
91. Matzoh lagkaka án baka 213
92. Óbakað kirsuberjakaka 215
93. No-Bake Mango Kókos kaka 217
94. No-Bake Hnetusmjörssúkkulaðikaka 219
95. No-Bake Strawberry Lemonade kaka 221
96. No-Bake Cookie Crumble Cheesecake 223
97. No-Bake Ananas Chiffon ostakaka 225
98. No-Bake Eggnog Ostakaka 227
99. No-Bake Philly sumarostakaka 229
100. No-Bake Apríkósu Chiffon ostakaka 231
NIÐURSTAÐA 233

KYNNING

Velkomin í bestu náttúrulegu kökurnar: matreiðslubók, matreiðsluferð sem er hönnuð fyrir heilsumeðvitaða sem leita að fullkomnu jafnvægi á milli eftirláts og vellíðan. Þessi matreiðslubók er tilefni af þeim gjöfum sem náttúran býður upp á, hún sýnir 100 hollar kökuuppskriftir sem ekki aðeins seðja sætur þínar heldur einnig næra líkama þinn. Þegar þú flettir í gegnum þessar síður skaltu búa þig undir að uppgötva heim þar sem decadence og heilsumeðvitað val renna saman í yndislegar, sektarkenndar nammi.

Hugmyndafræðin á bak við þessa matreiðslubók liggur í þeirri trú að heilsuleit þurfi ekki að vera fórn bragðsins. Náttúran býður upp á úrval af heilnæmum hráefnum sem, þegar þau eru vel sameinuð, leiða af sér kökur sem eru ekki bara ljúffengar heldur samræmast vellíðunarmarkmiðum þínum. Allt frá fornu korni til náttúrulegra sætuefna, hver uppskrift er vitnisburður um þá hugmynd að að meðhöndla sjálfan þig getur verið nærandi upplifun.

Vertu með í þessu matreiðsluævintýri, þar sem við munum kanna gullgerðarlistina við að breyta einföldum, náttúrulegum hráefnum í óvenjulegar kökur. Ferðalagið snýst ekki bara um bakstur; þetta er könnun á því hvernig heilsumeðvitað val er hægt að flétta óaðfinnanlega inn í efni yndislegra eftirrétta. Hvort sem þú ert vanur bakari eða nýliði í eldhúsinu, þá er bestu náttúrulegu kökurnar: matreiðslubók leiðarvísir þinn til að endurmynda hefðbundnar kökur með áherslu á heilsu, bragð og gleðina sem fylgir því að gæða sér á hverjum bita.

Megi þessi matreiðslubók vera uppspretta innblásturs fyrir bakstur þína, umbreyta eldhúsinu þínu í rými þar sem vellíðan og eftirlátssemi sameinast í sinfóníu bragða. Við skulum endurskilgreina merkingu sektarkenndrar skemmtunar, eina kökusneið í einu.

HÁAR KÖKUR

1.Basic hveitilaus kaka

HRÁEFNI:
- 3 bollar hnetur, eins og valhnetur, möndlur eða brasilískar hnetur
- ¼ tsk sjávarsalt
- 1 bolli holóttar Medjool döðlur, pakkaðar
- 1 matskeið áfengisfrítt vanilluþykkni
- 1 til 2 matskeiðar agave síróp (valfrjálst)

LEIÐBEININGAR:

a) Setjið hneturnar og saltið í matvinnsluvél og brjótið hneturnar niður í bita. Bætið bitum af döðlum, frekar en einum stórum kekki, og vanillu. Vinnið þar til hneturnar bindast saman við límkenndar döðlurnar til að mynda kökudeig.

b) Prófaðu deigið með því að grípa í handfylli og kreista til að tryggja að það haldist saman. Ef það er ekki nógu klístrað skaltu bæta við nokkrum döðlum í viðbót, eða 1 til 2 matskeiðar af agavesírópi, og vinna þar til það heldur saman.

2.Appelsínu-möndlu kaka

HRÁEFNI:
- 1 uppskrift Basic hveitilaus kökublöndu, gerð með möndlum
- ½ uppskrift Basic ávaxtasósa, gerð með appelsínum
- 1 appelsína, skorin í sundur og sundurskorin (fjarlægðu alla hýði og börk)
- ¼ bolli þurrkuð kókos, mulin í duft

LEIÐBEININGAR:
a) Skiptið kökublöndunni í tvo jafna hluta. Mótið tvær kökur með höndunum. Eða skaltu klæða lítið kökuform með plastfilmu fyrst, þrýstu síðan einum hluta af deiginu inn til að mynda formið. Fletjið formuðu kökunni af forminu og fletjið plastið af. Endurtaktu með seinni hluta deigsins.
b) Setjið fyrstu umferðina á disk og toppið með appelsínuávaxtasósu og sneiðum appelsínusneiðum. Toppið með seinni kökuhringnum. Notaðu vírsigti til að dusta toppinn á kökunni með kókosduftinu.
c) Geymist í 3 til 4 daga í ísskáp.

3. Hindberja-sítrónu draumur

HRÁEFNI:
- 1 uppskrift Basic flourless cake Mix, gerð með uppáhalds hnetunni þinni
- ½ uppskrift Basic ávaxtasósa, gerð með sítrónu
- 1½ bolli hindber

LEIÐBEININGAR:
a) Skiptið kökublöndunni í tvo jafna hluta. Mótið tvær kökur með höndunum. Eða skaltu klæða lítið kökuform með plastfilmu fyrst, þrýstu síðan einum hluta af deiginu inn til að mynda formið. Fletjið formuðu kökunni af forminu og fletjið plastið af. Endurtaktu með seinni hluta deigsins.
b) Setjið fyrstu umferðina á disk og toppið með sítrónuávaxtasósu og 1 bolla af hindberjunum. Toppið með seinni kökuhringnum og hindberjunum sem eftir eru.
c) Geymist í 3 til 4 daga í ísskáp.

4. Strawberry Shortcake

HRÁEFNI:
- Fersk rauð jarðarber og sætur þeyttur rjómi eru lagðar á milli raka hveitilausrar köku.
- 1 uppskrift Basic flourless cake Mix, gerð með uppáhalds hnetunni þinni
- 1 lota þeyttur Cashew rjómi
- 1½ bollar sneið jarðarber

LEIÐBEININGAR:
a) Skiptið kökublöndunni í tvo jafna hluta. Mótið tvær kökur með höndunum. Eða skaltu klæða lítið kökuform með plastfilmu fyrst, þrýstu síðan einum hluta af deiginu inn til að mynda formið. Fletjið formuðu kökunni af forminu og fletjið plastið af. Endurtaktu með seinni hluta deigsins.
b) Setjið fyrstu umferðina á disk og toppið með þeyttum rjóma og helminginn af jarðarberjunum. Settu seinni kökuhringinn ofan á, afganginn af rjóma og afganginum af jarðarberjum.
c) Geymist í 3 til 4 daga í ísskáp.

5.Kókoskaka með Nutella heslihnetusósu

HRÁEFNI:
- Vanilluhveitilaus kaka er fyllt með ríkri heslihnetusúkkulaðisósu, vanilluþeyttum rjóma og söxuðum möndlum. Það er frostað með vanillukremi og toppað með rifnum kókoshnetu.
- 1 uppskrift Basic flourless cake Mix, gerð með uppáhalds hnetunni þinni
- 1 uppskrift af þeyttum kasjúhnetum rjóma
- 1 matskeið áfengisfrítt vanilluþykkni
- 1 uppskrift Nutella heslihnetusósa
- 1 bolli gróft saxaðar möndlur
- ½ bolli rifið þurrkað kókos

LEIÐBEININGAR:
a) Skiptið kökublöndunni í tvo jafna hluta. Mótið tvær kökur með höndunum. Eða skaltu klæða lítið kökuform með plastfilmu fyrst, þrýstu síðan einum hluta af deiginu inn til að mynda formið. Fletjið formuðu kökunni af forminu og fletjið plastið af. Endurtaktu með hinum hluta deigsins.
b) Blandið þeytta rjómanum saman við vanilluþykkni.
c) Setjið fyrstu kökuhringinn á disk. Toppið með súkkulaði heslihnetusósunni, síðan helmingnum af vanilluþeyttum rjómanum og svo söxuðum möndlunum. Settu seinni kökuhringinn ofan á, afganginn af vanillukremi og rifnum kókoshnetu.
d) Geymist í 4 til 5 daga í ísskáp.

6.Súkkulaði-kirsuberjakaka

HRÁEFNI:

- 1 uppskrift Basic flourless cake Mix, gerð með uppáhalds hnetunni þinni
- 2/3 bolli kakó eða karobduft
- 1 uppskrift Fersk ávaxtasulta, gerð með kirsuberjum
- 1 bolli skorin helminguð kirsuber
- 1 uppskrift af þeyttum kasjúhnetum rjóma

LEIÐBEININGAR:

a) Bætið kakóinu við kökublönduna þína og blandið vel saman. Skiptið kökublöndunni í tvo jafna hluta.

b) Mótið tvær kökur með höndunum. Eða skaltu klæða lítið kökuform með plastfilmu fyrst, þrýstu síðan einum hluta af deiginu inn til að mynda formið.

c) Fletjið formuðu kökunni af forminu og fletjið plastið af. Endurtaktu með hinum hluta deigsins.

d) Setjið fyrstu umferðina á disk. Toppið með kirsuberjasultunni, helminginn af kirsuberjunum, síðan helminginn af þeytta rjómanum. Setjið seinni kökuhringinn ofan á, afganginn af rjóma og kirsuberin sem eftir eru.

e) Geymist í 3 til 4 daga í ísskáp.

7.Smá kakómús kökur

HRÁEFNI:
SKORPU:
- 2 bollar fræ og/eða hnetur
- 1/2 bolli döðlur, holhreinsaðar og saxaðar
- 1/4 bolli kókosolía, brætt
- 1 klípa af salti

MOUSSE:
- 6-10 avókadó
- 1 1/4 bolli kakóduft
- 1 1/4 bolli hunang eða agave
- 2 dropar af piparmyntu ilmkjarnaolíu

LEIÐBEININGAR:
SKORPU:
a) Fínvinnið fræin og/eða hneturnar í matvinnsluvél með S blaðinu. Það er líka hægt að höggva í höndunum!
b) Blandið öllu hráefninu í skorpuna í skál og hnoðið þar til það verður klístrað og deigið.
c) Þrýstið í springform sem þekur botninn jafnt.

MOUSSE:
a) Setjið allt músarhráefnið í matvinnsluvélina með S blað og vinnið í um það bil fimm mínútur.
b) Gakktu úr skugga um að allt sé vel blandað og silkimjúkt.
c) Hellið músinni í formið og kælið í 8 klst.
d) Geymist vel í ísskáp í nokkra daga.

8. Lítil gulrótarkökur með appelsínu

HRÁEFNI:
- 1 bolli döðlusulta – 50/50 döðlur með gryfju og
- 1 bolli appelsínusafi
- 1/2 bolli vatn
- 3 tsk kókosolía
- 2 tsk agave eða hunang
- 1/2 tsk vanilluduft
- 1/2 bolli rúsínur
- 1 tsk engifer, nýsafað eða smátt saxað eða í duftformi
- 2 tsk kryddblanda
- 1 tsk af appelsínuberki
- 1 tsk múskat
- 1 teskeið af salti

GLJÁR:
- 1/4 tsk salt
- 1/2 bolli kasjúhnetur

LEIÐBEININGAR:
a) Myljið möndlurnar í matvinnsluvél með S blaðinu eða í þungum plastpoka með kökukefli.
b) Blandið öllu kökuefninu saman í stórri skál.
c) Mælið 1/3 bolla af skömmtum á stífar bökunarplötur og mótið þær í stakar umferðir, um 10 mm þykkar.
d) Þurrkaðu í ca. 6 klukkustundir, losaðu af föstum plötum og þurrkaðu í 2 klukkustundir í viðbót.
e) Kakan er tilbúin þegar hún er stökk að utan og rök að innan.
f) Maukið allt hráefnið fyrir kremið í hraðblöndunartæki og dreifið yfir kökurnar. Þú getur látið kökurnar harðna í ísskápnum í nokkrar klukkustundir.
g) Skreytið með rifnum gulrótarstrimlum og rifnum múskat.
h) Má geyma í ísskáp í 2 daga án krems.

9. Súkkulaði avókadó hrá kaka

HRÁEFNI:
- 2 þroskuð avókadó
- 1 bolli döðlur, holhreinsaðar
- 1/2 bolli hrátt kakóduft
- 1/4 bolli kókosolía, brætt
- 1 tsk vanilluþykkni
- Klípa af salti
- 1 bolli möndlumjöl

LEIÐBEININGAR:

a) Blandið avókadó, döðlum, kakódufti, bræddri kókosolíu, vanilluþykkni og salti í matvinnsluvél þar til það er slétt.
b) Bætið við möndlumjöli og pulsið þar til það hefur blandast vel saman.
c) Þrýstið blöndunni í klætt kökuform.
d) Geymið í kæli í a.m.k. 4 klukkustundir eða þar til stíft.
e) Skreytið með söxuðum hnetum eða berjum áður en borið er fram.

10. Hindberjasítrónu hrá ostakaka

HRÁEFNI:
- 2 bollar hráar kasjúhnetur, lagðar í bleyti yfir nótt
- 1 bolli döðlur, holhreinsaðar
- 1/2 bolli kókosolía, brætt
- 1/4 bolli hlynsíróp
- 1 bolli fersk hindber
- Börkur og safi úr 2 sítrónum

LEIÐBEININGAR:
a) Blandið bleytum kasjúhnetum, döðlum, bræddri kókosolíu og hlynsírópi þar til slétt er.
b) Bætið hindberjum, sítrónuberki og sítrónusafa út í. Blandið þar til það hefur blandast vel saman.
c) Hellið blöndunni í springform og sléttið toppinn.
d) Geymið í kæli í að minnsta kosti 6 klukkustundir eða þar til það er stíft.
e) Toppið með fleiri hindberjum áður en borið er fram.

11.Matcha Mint Raw kaka

HRÁEFNI:
- 2 bollar hráar möndlur
- 1 bolli döðlur, holhreinsaðar
- 3 msk kókosolía, brætt
- 2 tsk matcha duft
- 1 tsk piparmyntuþykkni
- Klípa af salti

LEIÐBEININGAR:
a) Blandið saman möndlum, döðlum, bræddri kókosolíu, matcha dufti, piparmyntuþykkni og salti þar til það myndar klístrað deig.
b) Þrýstið blöndunni í kökuform.
c) Kældu í kæli í 3-4 klukkustundir eða þar til það er stíft.
d) Skerið í sneiðar og stráið yfir með auka matchadufti áður en það er borið fram.

12.Kókos Mango Raw kaka

HRÁEFNI:
- 2 bollar rifin kókos
- 1 bolli möndlur
- 1 bolli döðlur, holhreinsaðar
- 1 bolli ferskt mangó, skorið í teninga
- 1/4 bolli kókosolía, brætt

LEIÐBEININGAR:
a) Blandið rifnum kókoshnetu, möndlum og döðlum saman þar til það er molnað.
b) Þrýstið blöndunni í botninn á kökuformi.
c) Maukið mangóið í blandara þar til það er slétt og blandið síðan bræddri kókosolíu út í.
d) Hellið mangóblöndunni yfir skorpuna.
e) Geymið í kæli í að minnsta kosti 4 klukkustundir áður en það er skorið í sneiðar.

13.Bláberja vanillu hrá kaka

HRÁEFNI:
- 2 bollar kasjúhnetur, lagðar í bleyti yfir nótt
- 1 bolli döðlur, holhreinsaðar
- 1/2 bolli kókosolía, brætt
- 1/4 bolli hlynsíróp
- 1 bolli fersk bláber
- 1 tsk vanilluþykkni

LEIÐBEININGAR:
a) Blandið bleytum kasjúhnetum, döðlum, bræddri kókosolíu og hlynsírópi þar til slétt er.
b) Bætið bláberjum og vanilluþykkni út í. Blandið þar til það hefur blandast vel saman.
c) Hellið blöndunni í kökuform og sléttið toppinn.
d) Geymið í kæli í að minnsta kosti 6 klukkustundir eða þar til það er stíft.
e) Toppið með fleiri bláberjum áður en borið er fram.

14.Hnetusmjör Banana Raw kaka

HRÁEFNI:
- 2 bollar hráar jarðhnetur
- 1 bolli döðlur, holhreinsaðar
- 3 þroskaðir bananar
- 1/2 bolli hnetusmjör
- 1/4 bolli kókosolía, brætt
- Klípa af salti

LEIÐBEININGAR:
a) Blandið hnetum og döðlum saman þar til þær mynda klístrað deig.
b) Þrýstið blöndunni í botninn á kökuformi.
c) Blandið saman bananum, hnetusmjöri, bræddri kókosolíu og salti í blandara þar til það er slétt.
d) Hellið bananablöndunni yfir skorpuna.
e) Geymið í kæli í að minnsta kosti 3 klukkustundir áður en það er borið fram.

15. Gulrótarkaka með rjómalöguðu kasjúhnetum

HRÁEFNI:
- 2 bollar rifnar gulrætur
- 1 bolli valhnetur
- 1 bolli döðlur, holhreinsaðar
- 1 tsk malaður kanill
- 1/2 tsk malaður múskat
- 1 bolli kasjúhnetur, lagðar í bleyti yfir nótt
- 1/4 bolli kókosolía, brætt
- 2 msk hlynsíróp
- 1 tsk vanilluþykkni

LEIÐBEININGAR:
a) Blandið rifnum gulrótum, valhnetum, döðlum, kanil og múskat saman þar til deig myndast.
b) Þrýstið blöndunni í botninn á kökuformi.
c) Blandið bleytum kasjúhnetum, bræddri kókosolíu, hlynsírópi og vanilluþykkni í blandara þar til þær verða kremaðar.
d) Dreifið kasjúhnetufrosinu yfir gulrótarbotninn.
e) Geymið í kæli í að minnsta kosti 4 klukkustundir áður en það er skorið í sneiðar.

16. Almond Joy Raw kaka

HRÁEFNI:
- 2 bollar möndlur
- 1 bolli döðlur, holhreinsaðar
- 1/2 bolli rifinn kókos
- 1/4 bolli kókosolía, brætt
- 1/4 bolli hrátt kakóduft
- 1/2 bolli möndlusmjör
- 1/4 bolli hlynsíróp
- Klípa af salti

LEIÐBEININGAR:
a) Blandið möndlum, döðlum, rifnum kókoshnetu og bræddu kókosolíu saman þar til það er molnað.
b) Þrýstið blöndunni í botninn á kökuformi.
c) Blandið í skál hráu kakódufti, möndlusmjöri, hlynsírópi og salti þar til það hefur blandast vel saman.
d) Dreifið súkkulaðimöndlublöndunni yfir skorpuna.
e) Geymið í kæli í að minnsta kosti 3 klukkustundir áður en það er borið fram.

17.Pecan Pie Raw kaka

HRÁEFNI:
- 2 bollar pekanhnetur
- 1 bolli döðlur, holhreinsaðar
- 1/4 bolli kókosolía, brætt
- 1/4 bolli hlynsíróp
- 1 tsk vanilluþykkni
- Klípa af salti

LEIÐBEININGAR:
a) Blandið saman pekanhnetum, döðlum, bræddri kókosolíu, hlynsírópi, vanilluþykkni og salti þar til það myndar klístrað deig.
b) Þrýstið blöndunni í botninn á kökuformi.
c) Geymið í kæli í að minnsta kosti 3 klukkustundir eða þar til það er stíft.
d) Toppið með fleiri pekanhnetum áður en þær eru bornar fram.

18. Lavender Honey Raw kaka

HRÁEFNI:
- 2 bollar hráar kasjúhnetur, lagðar í bleyti yfir nótt
- 1 bolli möndlur
- 1/2 bolli döðlur, holhreinsaðar
- 1/4 bolli kókosolía, brætt
- 1/4 bolli hunang
- 1 tsk þurrkaðir lavenderknappar (matarflokkur)

LEIÐBEININGAR:
a) Blandið saman kasjúhnetum, möndlum, döðlum, bræddri kókosolíu, hunangi og þurrkuðum lavenderknappum þar til þær eru sléttar.
b) Þrýstið blöndunni í botninn á kökuformi.
c) Geymið í kæli í að minnsta kosti 4 klukkustundir eða þar til það er stíft.
d) Skreytið með viðbótar lavenderknappum áður en borið er fram.

KÖKUR sem byggjast á ávöxtum

19.Jarðarberja banana hafrakaka

HRÁEFNI:
- 2 bollar rúllaðir hafrar
- 1 bolli döðlur, holhreinsaðar
- 2 þroskaðir bananar
- 1 bolli fersk jarðarber, söxuð
- 1/4 bolli kókosolía, brætt
- 1 tsk vanilluþykkni

LEIÐBEININGAR:
a) Hrærið höfrum og döðlum saman í matvinnsluvél þar til það er molað.
b) Bætið við bönunum, kókosolíu og vanilluþykkni. Blandið þar til deig myndast.
c) Brjótið niður söxuð jarðarber.
d) Þrýstið blöndunni í kökuform.
e) Geymið í kæli í að minnsta kosti 2 klukkustundir áður en það er skorið í sneiðar.

20.Bláberja sítrónu jógúrt kaka

HRÁEFNI:
- 2 bollar möndlumjöl
- 1/2 bolli kókosmjöl
- 1 tsk lyftiduft
- 1/4 tsk salt
- 1/2 bolli kókosolía, brætt
- 1/4 bolli hlynsíróp
- 1 bolli kókosjógúrt
- Börkur og safi úr 2 sítrónum
- 1 bolli fersk bláber

LEIÐBEININGAR:
a) Forhitið ofninn í 350°F (175°C) og smyrjið kökuform.
b) Blandið saman möndlumjöli, kókosmjöli, lyftidufti og salti í skál.
c) Í annarri skál, blandið bræddri kókosolíu, hlynsírópi, kókosjógúrt, sítrónuberki og sítrónusafa.
d) Blandið saman blautu og þurru hráefninu og blandið síðan bláberjunum saman við.
e) Hellið deiginu í kökuformið og bakið í 30-35 mínútur eða þar til tannstöngull kemur hreinn út.

21. Mangó Coconut Chia fræ kaka

HRÁEFNI:
- 2 bollar rifin kókos
- 1 bolli döðlur, holhreinsaðar
- 1 bolli mangó, skorið í teninga
- 1/4 bolli kókosolía, brætt
- 1/4 bolli chia fræ

LEIÐBEININGAR:
a) Blandið rifnum kókoshnetu og döðlum saman þar til það er molnað.
b) Bætið við mangó og bræddri kókosolíu. Blandið þar til það myndar klístrað deig.
c) Brjótið chiafræ út í.
d) Þrýstið blöndunni í kökuform.
e) Geymið í kæli í að minnsta kosti 3 klukkustundir áður en það er skorið í sneiðar.

22. Ananas kaka á hvolfi

HRÁEFNI:
- 2 bollar möndlumjöl
- 1/2 bolli kókosmjöl
- 1 tsk lyftiduft
- 1/4 tsk salt
- 1/2 bolli kókosolía, brætt
- 1/4 bolli hlynsíróp
- 1 bolli ananasbitar (ferskir eða niðursoðnir)
- 1/4 bolli kókossykur

LEIÐBEININGAR:
a) Forhitið ofninn í 350°F (175°C) og smyrjið kökuform.
b) Raðið ananasbitum neðst á pönnuna og stráið kókossykri yfir.
c) Blandið saman möndlumjöli, kókosmjöli, lyftidufti og salti í skál.
d) Blandið bræddri kókosolíu og hlynsírópi í aðra skál.
e) Blandið saman blautu og þurru hráefninu og hellið svo deiginu yfir ananasinn.
f) Bakið í 30-35 mínútur eða þar til tannstöngull kemur hreinn út.

23.Epli kanill valhnetukaka

HRÁEFNI:
- 2 bollar möndlumjöl
- 1/2 bolli kókosmjöl
- 1 tsk lyftiduft
- 1/4 tsk salt
- 1/2 bolli kókosolía, brætt
- 1/4 bolli hlynsíróp
- 2 epli, afhýdd og skorin í teninga
- 1/2 bolli saxaðar valhnetur
- 1 tsk malaður kanill

LEIÐBEININGAR:
a) Forhitið ofninn í 350°F (175°C) og smyrjið kökuform.
b) Blandið saman möndlumjöli, kókosmjöli, lyftidufti og salti í skál.
c) Blandið bræddri kókosolíu og hlynsírópi í aðra skál.
d) Blandið saman blautu og þurru hráefninu og blandið síðan eplum, hakkuðum valhnetum og möluðum kanil saman við.
e) Hellið deiginu í kökuformið og bakið í 30-35 mínútur eða þar til tannstöngull kemur hreinn út.

24. Hindberjamöndlukaka

HRÁEFNI:
- 2 bollar möndlumjöl
- 1/2 bolli kókosmjöl
- 1 tsk lyftiduft
- 1/4 tsk salt
- 1/2 bolli kókosolía, brætt
- 1/4 bolli hlynsíróp
- 1 bolli fersk hindber
- 1 tsk möndluþykkni

LEIÐBEININGAR:
a) Forhitið ofninn í 350°F (175°C) og smyrjið kökuform.
b) Blandið saman möndlumjöli, kókosmjöli, lyftidufti og salti í skál.
c) Í annarri skál, blandaðu bráðinni kókosolíu, hlynsírópi og möndluþykkni.
d) Blandið saman blautu og þurru hráefninu og blandið síðan ferskum hindberjum varlega saman við.
e) Hellið deiginu í kökuformið og bakið í 30-35 mínútur eða þar til tannstöngull kemur hreinn út.

25.Kiwi Lime kókos kaka

HRÁEFNI:
- 2 bollar rifin kókos
- 1 bolli döðlur, holhreinsaðar
- 1/4 bolli kókosolía, brætt
- 2 kíví, afhýdd og skorin í sneiðar
- Börkur og safi úr 2 lime

LEIÐBEININGAR:
a) Blandið rifnum kókoshnetu og döðlum saman þar til það er molnað.
b) Bætið bræddri kókosolíu út í og blandið þar til það myndar klístrað deig.
c) Þrýstið blöndunni í kökuform.
d) Raðið kiwi sneiðum ofan á.
e) Blandið saman lime-safa og berki og hellið svo yfir kiwiið.
f) Geymið í kæli í að minnsta kosti 2 klukkustundir áður en það er skorið í sneiðar.

26.Ferskja engifer túrmerik kaka

HRÁEFNI:
- 2 bollar möndlumjöl
- 1/2 bolli kókosmjöl
- 1 tsk lyftiduft
- 1/4 tsk salt
- 1/2 bolli kókosolía, brætt
- 1/4 bolli hlynsíróp
- 2 ferskjur, sneiddar
- 1 tsk rifinn engifer
- 1/2 tsk malað túrmerik

LEIÐBEININGAR:
a) Forhitið ofninn í 350°F (175°C) og smyrjið kökuform.
b) Blandið saman möndlumjöli, kókosmjöli, lyftidufti og salti í skál.
c) Blandið bræddri kókosolíu, hlynsírópi, rifnu engifer og möluðu túrmerik í aðra skál.
d) Blandið saman blautu og þurru hráefninu og hellið svo deiginu í kökuformið.
e) Raðið ferskjusneiðum ofan á.
f) Bakið í 30-35 mínútur eða þar til tannstöngull kemur hreinn út.

27.Brómberja sítrónuvalmúafrækaka

HRÁEFNI:
- 2 bollar möndlumjöl
- 1/2 bolli kókosmjöl
- 1 tsk lyftiduft
- 1/4 tsk salt
- 1/2 bolli kókosolía, brætt
- 1/4 bolli hlynsíróp
- 1 bolli fersk brómber
- Börkur og safi úr 2 sítrónum
- 1 msk valmúafræ

LEIÐBEININGAR:
a) Forhitið ofninn í 350°F (175°C) og smyrjið kökuform.
b) Blandið saman möndlumjöli, kókosmjöli, lyftidufti og salti í skál.
c) Blandið bræddri kókosolíu, hlynsírópi, sítrónuberki, sítrónusafa og valmúafræjum í aðra skál.
d) Blandið saman blautu og þurru hráefninu og blandið síðan ferskum brómberjum varlega saman við.
e) Hellið deiginu í kökuformið og bakið í 30-35 mínútur eða þar til tannstöngull kemur hreinn út.

28.Appelsínu mangó kókos kaka

HRÁEFNI:
- 2 bollar rifin kókos
- 1 bolli döðlur, holhreinsaðar
- 1/4 bolli kókosolía, brætt
- 1 bolli mangó, skorið í teninga
- Börkur og safi úr 2 appelsínum

LEIÐBEININGAR:
a) Blandið rifnum kókoshnetu og döðlum saman þar til það er molnað.
b) Bætið bræddri kókosolíu út í og blandið þar til það myndar klístrað deig.
c) Þrýstið blöndunni í kökuform.
d) Blandið saman mangó, appelsínuberki og appelsínusafa og hellið svo yfir skorpuna.
e) Geymið í kæli í að minnsta kosti 3 klukkustundir áður en það er skorið í sneiðar.

KÖKUR AÐ GRÆNTAMÁLUM

29. Sætkartöflu súkkulaðikaka

HRÁEFNI:
- 2 bollar sætar kartöflumús
- 1/2 bolli kókosolía, brætt
- 1/2 bolli hlynsíróp
- 3 egg (eða hör egg fyrir vegan valkost)
- 1 tsk vanilluþykkni
- 1 bolli möndlumjöl
- 1/2 bolli kakóduft
- 1 tsk lyftiduft
- 1/2 tsk matarsódi
- Klípa af salti
- 1/2 bolli mjólkurlausar súkkulaðiflögur

LEIÐBEININGAR:
a) Forhitið ofninn í 350°F (175°C) og smyrjið kökuform.
b) Blandið saman sætum kartöflumús, bræddri kókosolíu, hlynsírópi, eggjum og vanilluþykkni í skál.
c) Blandið saman möndlumjöli, kakódufti, lyftidufti, matarsóda og salti í annarri skál.
d) Bætið blautu hráefnunum við þurrefnin og blandið þar til það hefur blandast vel saman.
e) Brjótið súkkulaðibitum saman við.
f) Hellið deiginu í kökuformið og bakið í 35-40 mínútur eða þar til tannstöngull kemur hreinn út.

30. Gulrótar kúrbítskaka

HRÁEFNI:
- 2 bollar rifnar gulrætur
- 1 bolli rifinn kúrbít
- 1 bolli döðlur, holhreinsaðar
- 1/2 bolli kókosolía, brætt
- 3 egg (eða hör egg fyrir vegan valkost)
- 1 tsk vanilluþykkni
- 2 bollar heilhveiti
- 1 tsk lyftiduft
- 1/2 tsk matarsódi
- 1 tsk malaður kanill
- 1/2 bolli saxaðar valhnetur (valfrjálst)

LEIÐBEININGAR:

a) Forhitið ofninn í 350°F (175°C) og smyrjið kökuform.

b) Blandið saman döðlum, bræddri kókosolíu, eggjum og vanilluþykkni í matvinnsluvél þar til þær eru sléttar.

c) Blandið saman rifnum gulrótum, rifnum kúrbít, heilhveiti, lyftidufti, matarsóda og kanil í stóra skál.

d) Bætið blautu hráefnunum við þurrefnin og blandið þar til það hefur blandast vel saman.

e) Brjótið niður saxaðar valhnetur ef vill.

f) Hellið deiginu í kökuformið og bakið í 40-45 mínútur eða þar til tannstöngull kemur hreinn út.

31.Rauðrófuappelsínukaka

HRÁEFNI:
- 2 bollar rifnar rauðrófur
- 1 bolli döðlur, holhreinsaðar
- 1/2 bolli kókosolía, brætt
- 3 egg (eða hör egg fyrir vegan valkost)
- Börkur og safi úr 2 appelsínum
- 2 bollar speltmjöl
- 1 tsk lyftiduft
- 1/2 tsk matarsódi
- 1/2 bolli saxaðar pistasíuhnetur (valfrjálst)

LEIÐBEININGAR:
a) Forhitið ofninn í 350°F (175°C) og smyrjið kökuform.
b) Blandið saman döðlum, bræddri kókosolíu, eggjum, appelsínuberk og appelsínusafa í matvinnsluvél þar til slétt er.
c) Blandið saman rifnum rauðrófum, speltmjöli, lyftidufti og matarsóda í stóra skál.
d) Bætið blautu hráefnunum við þurrefnin og blandið þar til það hefur blandast vel saman.
e) Blandið niður söxuðum pistasíuhnetum ef vill.
f) Hellið deiginu í kökuformið og bakið í 40-45 mínútur eða þar til tannstöngull kemur hreinn út.

32.Spínat banana kaka

HRÁEFNI:
- 2 bollar fersk spínatlauf
- 1 bolli döðlur, holhreinsaðar
- 1/2 bolli kókosolía, brætt
- 3 þroskaðir bananar
- 2 bollar heilhveiti
- 1 tsk lyftiduft
- 1/2 tsk matarsódi
- 1 tsk malaður kanill
- 1/2 bolli saxaðar pekanhnetur (valfrjálst)

LEIÐBEININGAR:
a) Forhitið ofninn í 350°F (175°C) og smyrjið kökuform.
b) Blandið saman spínatilaufum, döðlum, bræddri kókosolíu og þroskuðum bananum í matvinnsluvél þar til það er slétt.
c) Blandið heilhveiti, lyftidufti, matarsóda og möluðum kanil í stóra skál.
d) Bætið blautu hráefnunum við þurrefnin og blandið þar til það hefur blandast vel saman.
e) Brjótið niður saxaðar pekanhnetur ef vill.
f) Hellið deiginu í kökuformið og bakið í 35-40 mínútur eða þar til tannstöngull kemur hreinn út.

33.Grasker kryddblómkálskaka

HRÁEFNI:
- 2 bollar blómkál, fínt rifið
- 1 bolli graskersmauk
- 1/2 bolli kókosolía, brætt
- 1/2 bolli hlynsíróp
- 3 egg (eða hör egg fyrir vegan valkost)
- 2 bollar möndlumjöl
- 1 tsk lyftiduft
- 1/2 tsk matarsódi
- 1 tsk malaður kanill
- 1/2 tsk malaður múskat
- 1/4 tsk malaður negull
- Klípa af salti
- 1/2 bolli saxaðar pekanhnetur (valfrjálst)

LEIÐBEININGAR:
a) Forhitið ofninn í 350°F (175°C) og smyrjið kökuform.
b) Blandið í skál rifnu blómkáli, graskersmauki, bræddri kókosolíu, hlynsírópi, eggjum og vanilluþykkni.
c) Í annarri skál skaltu sameina möndlumjöl, lyftiduft, matarsóda, kanil, múskat, negul og salt.
d) Bætið blautu hráefnunum við þurrefnin og blandið þar til það hefur blandast vel saman.
e) Brjótið niður saxaðar pekanhnetur ef vill.
f) Hellið deiginu í kökuformið og bakið í 40-45 mínútur eða þar til tannstöngull kemur hreinn út.

34.Butternut Squash og Eplataka

HRÁEFNI:
- 2 bollar rifinn butternutsquash
- 1 bolli epli, afhýdd og rifin
- 1 bolli döðlur, holhreinsaðar
- 1/2 bolli kókosolía, brætt
- 3 egg (eða hör egg fyrir vegan valkost)
- 2 bollar speltmjöl
- 1 tsk lyftiduft
- 1/2 tsk matarsódi
- 1 tsk malaður kanill
- 1/2 tsk malað engifer
- Klípa af salti
- 1/2 bolli saxaðar valhnetur (valfrjálst)

LEIÐBEININGAR:
a) Forhitið ofninn í 350°F (175°C) og smyrjið kökuform.
b) Í matvinnsluvél, blandaðu rifnum squash, rifnum eplum, döðlum, bræddri kókosolíu og eggjum saman þar til það er slétt.
c) Blandið saman speltmjöli, lyftidufti, matarsóda, kanil, engifer og salti í stóra skál.
d) Bætið blautu hráefnunum við þurrefnin og blandið þar til það hefur blandast vel saman.
e) Brjótið niður saxaðar valhnetur ef vill.
f) Hellið deiginu í kökuformið og bakið í 40-45 mínútur eða þar til tannstöngull kemur hreinn út.

35.Spínat og ananas kaka á hvolfi

HRÁEFNI:
- 2 bollar fersk spínatlauf
- 1 bolli ananas, skorinn í teninga
- 1/2 bolli kókosolía, brætt
- 1 bolli kókossykur
- 2 bollar heilhveiti
- 1 tsk lyftiduft
- 1/2 tsk matarsódi
- 1 tsk vanilluþykkni
- Klípa af salti

LEIÐBEININGAR:
a) Forhitið ofninn í 350°F (175°C) og smyrjið kökuform.
b) Blandið saman spínatilaufum, bræddri kókosolíu og vanilluþykkni í matvinnsluvél þar til það er slétt.
c) Blandið saman hægelduðum ananas og kókossykri í skál og dreifið því svo jafnt á botninn á kökuforminu.
d) Blandið saman heilhveiti, lyftidufti, matarsóda og salti í annarri skál.
e) Bætið blautu hráefnunum við þurrefnin og blandið þar til það hefur blandast vel saman.
f) Hellið deiginu yfir ananasblönduna og bakið í 35-40 mínútur eða þar til tannstöngull kemur hreinn út.

36. Grænkál og banana kaka

HRÁEFNI:
- 2 bollar grænkál, stilkar fjarlægðir
- 1 bolli bananar, stappaðir
- 1 bolli döðlur, holhreinsaðar
- 1/2 bolli kókosolía, brætt
- 3 egg (eða hör egg fyrir vegan valkost)
- 2 bollar haframjöl
- 1 tsk lyftiduft
- 1/2 tsk matarsódi
- 1 tsk malaður kanill
- 1/2 tsk vanilluþykkni
- Klípa af salti

LEIÐBEININGAR:

a) Forhitið ofninn í 350°F (175°C) og smyrjið kökuform.

b) Blandið grænkáli, maukuðum bananum, döðlum, bræddri kókosolíu, eggjum og vanilluþykkni saman í matvinnsluvél þar til það er slétt.

c) Blandið saman haframjöli, lyftidufti, matarsóda, kanil og salti í stóra skál.

d) Bætið blautu hráefnunum við þurrefnin og blandið þar til það hefur blandast vel saman.

e) Hellið deiginu í kökuformið og bakið í 35-40 mínútur eða þar til tannstöngull kemur hreinn út.

HEILKORNAKÖKUR

37.Heilhveiti bananahnetukaka

HRÁEFNI:
- 2 bollar heilhveiti
- 1 tsk matarsódi
- 1/2 tsk lyftiduft
- 1/2 tsk salt
- 3 þroskaðir bananar, maukaðir
- 1/2 bolli hlynsíróp eða hunang
- 1/3 bolli kókosolía, brætt
- 2 egg (eða hör egg fyrir vegan valkost)
- 1 tsk vanilluþykkni
- 1/2 bolli saxaðar valhnetur

LEIÐBEININGAR:
a) Forhitið ofninn í 350°F (175°C) og smyrjið kökuform.
b) Í stórri skál, þeytið saman heilhveiti, matarsóda, lyftiduft og salt.
c) Í annarri skál skaltu sameina maukaða banana, hlynsíróp (eða hunang), brædda kókosolíu, egg (eða hör egg) og vanilluþykkni.
d) Bætið blautu hráefnunum við þurrefnin og blandið þar til það hefur blandast saman.
e) Brjótið niður saxaðar valhnetur.
f) Hellið deiginu í kökuformið og bakið í 30-35 mínútur eða þar til tannstöngull kemur hreinn út.

38.Haframjöl bláberja sítrónukaka

HRÁEFNI:
- 2 bollar gamaldags hafrar
- 1 bolli heilhveiti
- 1 tsk lyftiduft
- 1/2 tsk matarsódi
- 1/2 tsk salt
- 1 bolli hrein grísk jógúrt
- 1/2 bolli hlynsíróp eða hunang
- 1/3 bolli kókosolía, brætt
- 2 egg (eða hör egg fyrir vegan valkost)
- Börkur og safi úr 1 sítrónu
- 1 bolli fersk bláber

LEIÐBEININGAR:
a) Forhitið ofninn í 350°F (175°C) og smyrjið kökuform.
b) Í blandara, malið hafrana í hveitilíka samkvæmni.
c) Blandið saman haframjöli, heilhveiti, lyftidufti, matarsóda og salti í stóra skál.
d) Blandið grískri jógúrt, hlynsírópi (eða hunangi), bræddri kókosolíu, eggjum (eða höregg), sítrónuberki og sítrónusafa í aðra skál.
e) Bætið blautu hráefnunum við þurrefnin og blandið þar til það hefur blandast saman.
f) Blandið ferskum bláberjum varlega saman við.
g) Hellið deiginu í kökuformið og bakið í 35-40 mínútur eða þar til tannstöngull kemur hreinn út.

39. Kínóa súkkulaði kúrbítskaka

HRÁEFNI:
- 1 bolli soðið kínóa, kælt
- 1/2 bolli heilhveiti
- 1/2 bolli kakóduft
- 1 tsk lyftiduft
- 1/2 tsk matarsódi
- 1/2 tsk salt
- 2 egg (eða hör egg fyrir vegan valkost)
- 1/4 bolli kókosolía, brætt
- 1/2 bolli hlynsíróp eða hunang
- 1 tsk vanilluþykkni
- 1 1/2 bollar rifinn kúrbít

LEIÐBEININGAR:
a) Forhitið ofninn í 350°F (175°C) og smyrjið kökuform.
b) Blandið saman soðnu kínóa, heilhveiti, kakódufti, lyftidufti, matarsóda og salti í stóra skál.
c) Í annarri skál, þeytið saman egg (eða hör egg), brædda kókosolíu, hlynsíróp (eða hunang) og vanilluþykkni.
d) Bætið blautu hráefnunum við þurrefnin og blandið þar til það hefur blandast saman.
e) Blandið rifnum kúrbít varlega saman við.
f) Hellið deiginu í kökuformið og bakið í 30-35 mínútur eða þar til tannstöngull kemur hreinn út.

40.Speltmjöl gulrótarkaka

HRÁEFNI:
- 2 bollar speltmjöl
- 1 tsk lyftiduft
- 1/2 tsk matarsódi
- 1/2 tsk salt
- 1 tsk malaður kanill
- 1/2 tsk malaður múskat
- 1/2 bolli kókosolía, brætt
- 1/2 bolli hlynsíróp eða hunang
- 2 egg (eða hör egg fyrir vegan valkost)
- 1 tsk vanilluþykkni
- 2 bollar rifnar gulrætur
- 1/2 bolli saxaðar pekanhnetur

LEIÐBEININGAR:

a) Forhitið ofninn í 350°F (175°C) og smyrjið kökuform.
b) Þeytið saman speltmjöli, lyftidufti, matarsóda, salti, kanil og múskat í stórri skál.
c) Í annarri skál skaltu sameina brædda kókosolíu, hlynsíróp (eða hunang), egg (eða hör egg) og vanilluþykkni.
d) Bætið blautu hráefnunum við þurrefnin og blandið þar til það hefur blandast saman.
e) Blandið rifnum gulrótum og söxuðum pekanhnetum varlega saman við.
f) Hellið deiginu í kökuformið og bakið í 35-40 mínútur eða þar til tannstöngull kemur hreinn út.

41. Bókhveitiberja morgunverðarkaka

HRÁEFNI:
- 1 bolli bókhveiti
- 1/2 bolli möndlumjöl
- 1 tsk lyftiduft
- 1/2 tsk matarsódi
- 1/4 tsk salt
- 2 þroskaðir bananar, maukaðir
- 1/4 bolli kókosolía, brætt
- 1/4 bolli hlynsíróp
- 2 egg (eða hör egg fyrir vegan valkost)
- 1 tsk vanilluþykkni
- 1 bolli blönduð ber (bláber, hindber, jarðarber)

LEIÐBEININGAR:
a) Forhitið ofninn í 350°F (175°C) og smyrjið kökuform.
b) Í skál, þeytið saman bókhveiti, möndlumjöl, lyftiduft, matarsóda og salt.
c) Í annarri skál, blandaðu maukuðum bananum, bræddri kókosolíu, hlynsírópi, eggjum (eða höregg) og vanilluþykkni.
d) Blandið saman blautu og þurru hráefninu og blandið síðan blönduðum berjum varlega saman við.
e) Hellið deiginu í kökuformið og bakið í 30-35 mínútur eða þar til tannstöngull kemur hreinn út.

42. Teff döðlukaka

HRÁEFNI:
- 1 bolli teff hveiti
- 1/2 bolli haframjöl
- 1 tsk lyftiduft
- 1/2 tsk matarsódi
- 1/4 tsk salt
- 1 bolli döðlur, grófhreinsaðar og saxaðar
- 1/2 bolli kókosolía, brætt
- 2 egg (eða hör egg fyrir vegan valkost)
- 1 tsk vanilluþykkni
- 1 bolli möndlumjólk

LEIÐBEININGAR:
a) Forhitið ofninn í 350°F (175°C) og smyrjið kökuform.
b) Þeytið saman teff hveiti, haframjöl, lyftiduft, matarsóda og salt í skál.
c) Í sérstakri skál skaltu sameina saxaðar döðlur, brædda kókosolíu, egg (eða höregg), vanilluþykkni og möndlumjólk.
d) Blandið saman blautu og þurru hráefninu og hellið svo deiginu í kökuformið.
e) Bakið í 35-40 mínútur eða þar til tannstöngull kemur hreinn út.

43.Amaranth kókos lime kaka

HRÁEFNI:
- 1 bolli amaranth hveiti
- 1/2 bolli kókosmjöl
- 1 tsk lyftiduft
- 1/2 tsk matarsódi
- 1/4 tsk salt
- 1/2 bolli kókosolía, brætt
- 1/2 bolli hlynsíróp
- Börkur og safi úr 2 lime
- 2 egg (eða hör egg fyrir vegan valkost)
- 1 bolli kókosmjólk

LEIÐBEININGAR:
a) Forhitið ofninn í 350°F (175°C) og smyrjið kökuform.
b) Þeytið saman amaranth hveiti, kókosmjöl, lyftiduft, matarsóda og salt í skál.
c) Í annarri skál, blandið bræddri kókosolíu, hlynsírópi, lime-safa, limesafa, eggjum (eða höregg) og kókosmjólk.
d) Blandið saman blautu og þurru hráefninu og hellið svo deiginu í kökuformið.
e) Bakið í 30-35 mínútur eða þar til tannstöngull kemur hreinn út.

44. Sorghum piparkökukaka

HRÁEFNI:

- 1 bolli sorghum hveiti
- 1/2 bolli haframjöl
- 1 tsk lyftiduft
- 1/2 tsk matarsódi
- 1/2 tsk malað engifer
- 1/2 tsk malaður kanill
- 1/4 tsk malaður negull
- 1/4 tsk salt
- 1/2 bolli melass
- 1/4 bolli kókosolía, brætt
- 2 egg (eða hör egg fyrir vegan valkost)
- 1 bolli heitt vatn

LEIÐBEININGAR:

a) Forhitið ofninn í 350°F (175°C) og smyrjið kökuform.
b) Í skál, þeytið saman sorghum hveiti, haframjöl, lyftiduft, matarsóda, engifer, kanil, negul og salt.
c) Blandið saman melassa, bræddri kókosolíu, eggjum (eða höregg) og heitu vatni í annarri skál.
d) Blandið saman blautu og þurru hráefninu og hellið svo deiginu í kökuformið.
e) Bakið í 40-45 mínútur eða þar til tannstöngull kemur hreinn út.

SYKURFRÍAR KÖKUR

45.Hollari sítrónukaka

HRÁEFNI:
- 75ml repjuolía, auk auka fyrir dósina
- 175 g sjálflyftandi hveiti
- 1½ tsk lyftiduft
- 50 g malaðar möndlur
- 50 g polenta
- Fínt rifinn börkur af 2 sítrónum
- 140 g gylltur flórsykur
- 2 stór egg
- 225 g náttúruleg jógúrt

FYRIR Sítrónusírópið:
- 85 g flórsykur
- Safi úr 2 sítrónum (um það bil 5 msk)

LEIÐBEININGAR:

a) Forhitið ofninn í 180C/160C blástur/gas 4.
b) Smyrjið létt 20cm kringlótt x 5cm djúp kökuform og klæddu botninn með bökunarpappír.
c) Blandið saman hveiti, lyftidufti, möluðum möndlum, polentu, sítrónubörk og sykri í stóra blöndunarskál.
d) Gerðu dýfu í miðjunni.
e) Þeytið egg í sérstakri skál og hrærið síðan jógúrt út í.
f) Bætið þessari blöndu ásamt olíunni út í ídýfuna og hrærið varlega með stórri málmskeið þar til hún hefur blandast saman.
g) Hellið blöndunni í formið og jafnið toppinn.
h) Bakið í 40 mínútur eða þar til teini sem stungið er í miðjuna kemur hreinn út.
i) Hyljið lauslega með filmu í síðustu 5-10 mínúturnar ef það brúnast of hratt.
j) Gerðu sítrónusírópið á meðan kakan bakast.
k) Blandið saman flórsykri, sítrónusafa og 75 ml af vatni í pott.
l) Hitið yfir miðlungshita, hrærið af og til, þar til sykurinn leysist upp.
m) Hækkið hitann, sjóðið í 4 mínútur þar til það er örlítið minnkað og síróp, takið síðan af hitanum.
n) Takið kökuna úr ofninum og látið kólna í stutta stund í forminu.
o) Á meðan það er heitt skaltu snúa því úr forminu, afhýða fóðurpappírinn og setja á vírgrind yfir bökunarplötu.
p) Notaðu teini til að gera lítil göt ofan á kökuna.
q) Setjið helminginn af sítrónusírópinu rólega yfir og látið það liggja í bleyti.
r) Skeið yfir afganginn, penslið brúnir og hliðar kökunnar með síðasta sírópinu.

46. Sykurlaus súkkulaðisamlokukaka

HRÁEFNI:
FYRIR Kökuna:
- 150ml repjuolía, auk auka til að smyrja
- 250 g soðnar rauðrófur
- 50 g kakó
- 140 g venjulegt heilhveiti
- 100 g venjulegt hvítt hveiti
- 50 g malaðar möndlur
- 2 tsk lyftiduft
- 1 tsk bíkarbónat af gosi
- 2 stór egg
- 2 tsk vanilluþykkni
- 50ml undanrennu

FYRIR súkkulaðikremið:
- 150ml pottur náttúrulegt lífjógúrt
- 2 msk kakó
- 150ml pottur tvöfaldur rjómi

LEIÐBEININGAR:
a) Forhitið ofninn í 160C/140C/gas 3 og smyrjið og klæddu botninn á tveimur 20cm samlokuformum með bökunarpappír.
b) Hrærið jógúrt með kakói fyrir súkkulaðikremið og setjið síðan til hliðar.
c) Fyrir kökuna, hrærið rauðrófur í matvinnsluvél þar til hún líkist þykku mauki.
d) Bætið kakói, hveiti, möluðum möndlum, lyftidufti og gosi saman við. Púlsaðu stuttlega til að blanda saman.
e) Bætið eggjum, 150 ml repjuolíu, vanilluþykkni og mjólk út í rauðrófublönduna. Blitz til að gera sléttan fljótandi deig.
f) Skiptið deiginu jafnt á milli formanna og bakið í 25-30 mín þar til teini sem stungið er í miðjuna kemur hreinn út.
g) Kælið, takið síðan úr formunum og klárið kælinguna á vírgrind. Fjarlægðu fóðurpappírinn þegar hann hefur verið kaldur.
h) Þeytið tvöfalda rjómann þar til hann heldur lögun sinni.
i) Hrærið kakóblönduna og blandið síðan öllu saman við nema 2 tsk.
j) Smyrjið þriðjungi ofan á eina köku, setjið afganginn af svampinum yfir og smyrjið með restinni af súkkulaðikreminu til að klára það.
k) Dreifðu kakóblöndunni yfir og fiðraðu varlega inn með endann á teskeiðinni.
l) Geymið í kæli í nokkra daga en farið aftur í stofuhita áður en það er borðað til að fá besta bragðið og áferðina.

47. Marokkósk appelsínu- og kardimommukaka

HRÁEFNI:
- 2 appelsínur, skrúbbaðar
- Fræ af 6 grænum kardimommubelg, mulið
- 6 stór egg
- 200g pakki malaðar möndlur
- 50 g polenta
- 25g sjálfhækkandi hveiti
- 2 tsk lyftiduft
- 1 msk flögaðar möndlur
- Grísk jógúrt eða rjómi, til að bera fram

LEIÐBEININGAR:
a) Setjið heilu appelsínurnar á pönnu, hyljið með vatni og sjóðið í 1 klst þar til hnífur kemst auðveldlega í þær. Ef þörf krefur, settu lítið pottlok beint ofan á til að halda þeim á kafi.
b) Fjarlægðu appelsínur, kældu, fjórðu síðan og fjarlægðu fræ og maríu. Snúðu í gróft mauk með handblöndunartæki eða matvinnsluvél og settu síðan í stóra skál.
c) Forhitið ofninn í 160C/140C blástur/gas 3.
d) Klæðið botn og hliðar á 21 cm lausbotna kökuformi með bökunarpappír.
e) Þeytið kardimommum og egg út í appelsínumaukið.
f) Blandið möluðum möndlum saman við polentu, hveiti og lyftidufti og blandið síðan saman við appelsínublönduna þar til hún hefur blandast vel saman.
g) Skafið blönduna í formið, jafnið toppinn og bakið í 40 mín.
h) Eftir 40 mínútur, stráið möndlum yfir kökuna, setjið aftur í ofninn og bakið í 20-25 mínútur til viðbótar þar til teini sem stungið er í miðjuna kemur hreinn út.
i) Takið úr forminu og látið kólna.
j) Berið fram sneidda sem köku eða með grískri jógúrt eða rjóma sem eftirrétt.

48.Sykurlaus sítrónukaka

HRÁEFNI:
- 225 g sjálfhækkandi hveiti, sigtað
- ½ tsk lyftiduft
- 2 sítrónur, aðeins börkur
- 2 stór egg, við stofuhita
- 125ml sólblómaolía
- 1 msk mjólk
- 200g 0% fitu grísk jógúrt

LEIÐBEININGAR:
a) Forhitið ofninn í 180C/160C blástur/gas 4.
b) Smyrðu og klæddu 1,2 lítra brauðform (22 cm x 13 cm á breidd, 7 cm á dýpt) með bökunarpappír.
c) Blandið saman hveiti, lyftidufti og sítrónuberki í stórri skál.
d) Blandið eggjum, sólblómaolíu, mjólk og jógúrt í sérstakri skál eða könnu.
e) Hrærið blautu hráefninu út í hveitiblönduna.
f) Hellið deiginu í formið og sléttið yfirborðið.
g) Settu strax í ofninn og bakaðu á miðri hillu í 1 klst - 1 klst og 10 mín.
h) Athugaðu eftir 50 mínútur; ef kakan er að verða of dökk, hyljið þá lauslega með filmu.
i) Kælið kökuna í forminu áður en henni er snúið út.

49.Sykurlaus bananavalhnetukaka

HRÁEFNI:
- 2 bollar heilhveiti
- 1 tsk lyftiduft
- 1/2 tsk matarsódi
- 1/2 tsk kanill
- 3 þroskaðir bananar, maukaðir
- 1/2 bolli ósykrað eplamósa
- 1/4 bolli kókosolía, brætt
- 2 egg (eða hör egg fyrir vegan valkost)
- 1 tsk vanilluþykkni
- 1/2 bolli saxaðar valhnetur

LEIÐBEININGAR:
a) Forhitið ofninn í 350°F (175°C) og smyrjið kökuform.
b) Í skál, þeytið saman heilhveiti, lyftiduft, matarsóda og kanil.
c) Í annarri skál skaltu blanda maukuðum bananum, eplamósu, bræddri kókosolíu, eggjum (eða höregg) og vanilluþykkni.
d) Blandið saman blautu og þurru hráefninu og blandið síðan söxuðum valhnetum saman við.
e) Hellið deiginu í kökuformið og bakið í 30-35 mínútur eða þar til tannstöngull kemur hreinn út.

50. Sykurlaus möndlumjöl appelsínukaka

HRÁEFNI:
- 2 bollar möndlumjöl
- 1 tsk lyftiduft
- 1/2 tsk matarsódi
- Börkur og safi úr 2 appelsínum
- 1/4 bolli kókosolía, brætt
- 3 egg (eða hör egg fyrir vegan valkost)
- 1 tsk vanilluþykkni
- 1/2 bolli ósykrað möndlumjólk

LEIÐBEININGAR:
a) Forhitið ofninn í 350°F (175°C) og smyrjið kökuform.
b) Í skál, þeytið saman möndlumjöl, lyftiduft og matarsóda.
c) Í annarri skál, blandaðu appelsínuberki, appelsínusafa, bræddri kókosolíu, eggjum (eða höregg), vanilluþykkni og möndlumjólk.
d) Blandið saman blautu og þurru hráefninu og hellið svo deiginu í kökuformið.
e) Bakið í 30-35 mínútur eða þar til tannstöngull kemur hreinn út.

GLUTENSFRÍAR KÖKUR

51. Graham Cracker ostakaka

HRÁEFNI:
FYRIR SKORPAN:
- 2 bollar muldar glútenfríar graham kex
- ¼ bolli hvítur sykur
- 6 matskeiðar ósaltað smjör, brætt

FYRIR FYLLINGU:
- 2 ½ (8 aura) pakkar rjómaostur, mildaður ½ bolli hunang
- 3 stór egg
- 2 matskeiðar mjólk
- 1 ½ tsk vanilluþykkni
- ¼ teskeið salt

FYRIR COULIS:
- 250 g bláber (eða önnur ber ef þú vilt)
- 100ml / 6 matskeiðar vatn
- 2 matskeiðar af hlynsírópi/agave nektar

LEIÐBEININGAR:
a) Forhitið ofninn í 180C / 350F
b) Hrærið saman hráefninu þar til það hefur blandast vel saman.
c) Hellið skorpublöndunni í 9 tommu kringlótt springform og þrýstið henni jafnt meðfram smjörinu og um 1 tommu upp með hliðunum.
d) Bakið skorpuna í 8 mínútur og setjið síðan til hliðar til að kólna.
e) Í blöndunarskál, þeytið rjómaostinn og hunangið saman þar til það er slétt.
f) Þeytið saman egg, mjólk, vanilluþykkni og salt í sérstakri skál. Bætið blöndunni út í rjómaostablönduna og blandið vel saman.
g) Brjótið brómberin út í og passið að brjóta þau ekki upp.
h) Hellið fyllingunni í kælda skorpuna og bakið í 30 mínútur eða þar til ostakakan er rétt stillt í miðjuna.
i) Látið ostakökuna kólna og fjarlægðu síðan hliðarnar af springforminu varlega.
j) Kældu ostakökuna í að minnsta kosti 4 klukkustundir áður en hún er borin fram.
k) Búið til coulis með því að setja berin í pott með vatninu og sírópinu, eldið við meðalhita í 2-3 mínútur.
l) Takið af hitanum og látið kólna. Þú getur þeytt upp til að gera slétt eða látið það vera eins og það er.
m) Toppaðu ostakökuna með coulisinu.

52. Sítrónu kókos bollakökur

HRÁEFNI:
- 1 bolli brúnt hrísgrjónamjöl
- 1 bolli kartöflusterkja
- 1 bolli hvítur sykur
- 1 tsk matarsódi
- 1 tsk lyftiduft
- 1 tsk xantangúmmí
- ½ tsk salt
- 1 bolli ósykrað kókosmjólk
- 1 stórt egg
- 3 matskeiðar kókosolía, brætt
- 1 matskeið ferskur sítrónusafi
- ½ tsk sítrónuþykkni
- ½ tsk kókoshnetuþykkni

LEIÐBEININGAR:
a) Forhitið ofninn í 180C / 350F og klæðið venjulegt muffinsform með pappírsfóðri.
b) Blandið saman hrísgrjónamjöli, kartöflusterkju, sykri, matarsóda, lyftidufti, xantangúmmíi og salti í blöndunarskál. Hrærið vel saman.
c) Þeytið saman kókosmjólk, egg, kókosolíu, sítrónusafa, kókosþykkni og sítrónuseyði í sérstakri skál.
d) Bætið þurrefnunum saman við í litlum skömmtum og þeytið þar til slétt og vel blandað saman.
e) Setjið deigið með skeið í tilbúna pönnu, fyllið hvern bolla um það bil 2/3 fullan.
f) Bakið í 15 til 18 mínútur þar til hægt er að stinga hníf í miðjuna og koma út án deigs
g) Kældu bollurnar á pönnunni í 5 mínútur og snúðu síðan út á vír til að kólna alveg.

53. Súkkulaði lagkaka

HRÁEFNI:
- 3 bollar hvítur sykur
- 2 bollar sorghum hveiti
- 1 bolli hvítt hrísgrjónamjöl
- 1 bolli kartöflusterkja
- 1 bolli kakóduft
- 1 matskeið xantangúmmí
- 2 tsk lyftiduft
- 1 ¼ tsk matarsódi
- ¾ teskeið salt
- 2 bollar undanrennu
- 4 stór egg, létt þeytt
- ½ bolli canola olía
- 1 ½ msk vanilluþykkni

SNJÓTT SMJÖRJÓMFROSTING:
- 1/2 bolli smjör, mildað
- 4-1/2 bollar sælgætissykur
- 1-1/2 tsk vanilluþykkni
- 5 til 6 matskeiðar 2% mjólk

LEIÐBEININGAR:
a) Forhitið ofninn í 180C / 350F og smyrjið tvö 9 tommu kringlótt kökuform.
b) Blandið saman hveiti, kartöflusterkju, kakódufti, xantangúmmíi, lyftidufti, matarsóda og salti í blöndunarskál.
c) Þeytið mjólk, egg, rapsolíu og vanilluþykkni út í þar til slétt og vel blandað saman.
d) Þeytið deigið á miklum hraða í 2 mínútur þar til það er létt og loftkennt.
e) Skiptið deiginu á milli kökuformanna tveggja og dreifið jafnt yfir.
f) Bakið í 35 mínútur, snúið hálfa leið, þar til hægt er að stinga hníf í miðjuna og koma út án deigs
g) Látið lögin kólna í 5 mínútur í pönnunum og hvolfið síðan á vírgrind til að kólna alveg.
h) Til að frosta, settu eitt lag af kökukremi yfir og settu annað kökulagið ofan á.
i) Hyljið kökuna með frosti og skreytið að vild.
j) Fljótlegt smjörkrem:
k) Þeytið smjörið þar til það er rjómakennt og bætið sykri og vanillu út í. Bætið við mjólk þar til þú hefur tilskilið þykkt.
l) Til að búa til súkkulaðifrost skaltu bæta við ½ bolla af kakói og minnka sykurinn um ½ bolla.

54. Sítrónu og bláberja súrmjólk Bollakökur

HRÁEFNI:
- 190 g (11/3 bollar) venjuleg (allskyns) glútenlaus hveitiblanda
- 15 g (2 msk) malaðar möndlur
- 140 g (2/3 bolli) náttúrulegur rjómasykur (ofurfínn).
- 1½ tsk glútenfrítt lyftiduft
- 1/8 tsk bíkarbónat af gosi (matarsódi)
- ½ tsk Xanthan Gum
- 55g (4 msk) Smjörkennt sólblómaálegg
- 1 UK Large (US Extra Large) Free Range Egg
- 120ml (½ bolli) súrmjólk
- 120ml (½ bolli) hálfundirrennu (2% fitusnauð) mjólk
- 1 sítróna, börkur og safi, skipt
- 110 g (¾ bolli) fersk eða þídd, frosin bláber
- 1/8 tsk sjór (kosher)
- Salt
- 120 g (1 bolli) flórsykur (duft).

LEIÐBEININGAR:

a) Forhitið ofninn í 350F. Klæðið 2 muffinsform með 12 bollakökuumbúðum.
b) Bræðið smjörlíkið í litlum potti og látið kólna aðeins. Þeytið saman eggið, súrmjólkina, mjólkina, fínt rifna börkina af sítrónunni og bræddu smjörinu í könnu.
c) Ef þú notar þídd frosin bláber skaltu klappa þeim vandlega á eldhúspappír.
d) Setjið 12 til hliðar til að skreyta tilbúnar kökur, setjið svo afganginn í litla skál og blandið saman við 1 msk af hveiti (frá mældu magni hveiti fyrir uppskriftina).
e) Blandið saman hveiti, möluðum möndlum, sykri, lyftidufti, gosi, xantangúmmíi og salti í standi eða handfesta matarhrærivél.
f) Búið til holu í miðju þurru blöndunnar og hellið súrmjólk/eggjablöndunni út í. Blandið saman á lágum hraða þar til það hefur blandast vel saman.
g) Bætið bláberjunum út í og blandið aftur á lágum hraða þar til það hefur blandast saman. Hellið deiginu í tilbúnar kökuumbúðir.
h) Bakið í 15-20 mínútur eða þar til bollakökurnar springa aftur þegar þær eru snertar létt í miðjunni.
i) Takið úr ofninum og látið kólna á vírgrind.
j) Safa sítrónuna. Setjið flórsykurinn (duft) í könnu og bætið við nægum sítrónusafa til að slakna niður í þykkt, rjómalíkt þykkt.
k) Notaðu teskeið til að dreifa yfir bollakökurnar og skreyta með fráteknum bláberjum.

55.Súkkulaði hindberja bollakökur

HRÁEFNI:

- ½ bolli sorghum hveiti
- ½ bolli hirsi hveiti
- 1/3 bolli tapíóka hveiti
- 1/3 bolli kartöflusterkja
- ¼ bolli ósykrað kakóduft
- 1 tsk xantangúmmí
- 1 ½ tsk matarsódi
- ½ tsk lyftiduft
- ¼ tsk sjávarsalt
- ½ bolli nýmjólk
- ½ bolli heitt vatn
- 2 stór egg, þeytt
- 3 matskeiðar canola olía
- 1 tsk vanilluþykkni
- 1 bolli fersk hindber

LEIÐBEININGAR:

a) Forhitið ofninn í 180C / 350F og klæðið muffinsform með pappírsfóðri.
b) Blandið saman hveiti, kartöflusterkju, matarsóda, xantangúmmíi, lyftidufti, kakódufti og salti í blöndunarskál.
c) Blandið saman mjólk, vatni, eggjum, vanilluþykkni og rapsolíu í sérstakri skál.
d) Hrærið þurrefnunum saman við þar til það er slétt og vel blandað – þeytið á miklum hraða í 2 mínútur.
e) Setjið hindberin í skál og stappið varlega með gaffli. Brjótið hindberjunum saman við deigið.
f) Setjið deigið með skeið í tilbúna pönnu, fyllið hvern bolla um það bil 2/3 fullan.
g) Bakið í 18 til 20 mínútur þar til hægt er að stinga hníf í miðjuna og koma út án deigs
h) Kældu bollurnar í 5 mínútur á pönnunni og snúðu síðan út á vír til að kólna alveg. Toppið með sleikju og auka hindberjum.

56.Einföld gul kaka

HRÁEFNI:
- ¾ bollar sorghum hveiti
- ¾ bollar hirsi hveiti
- ½ bolli tapíóka hveiti
- ½ bolli kartöflusterkja
- ½ bolli örvarrótarduft
- 1 msk lyftiduft
- 2 tsk xantangúmmí
- ½ tsk sjávarsalt
- 1 ¼ bolli undanrennu
- ¾ bolli rapsolía
- 4 stór egg auk 1 eggjarauða
- 1 matskeið vanilluþykkni

LEIÐBEININGAR:
a) Forhitið ofninn í 180C / 350F og smyrjið tvö 9 tommu kringlótt kökuform.
b) Blandið fyrstu átta hráefnunum saman í blöndunarskál.
c) Í sérstakri skál, þeytið saman mjólk, canola olíu, egg, eggjarauða og vanilluþykkni.
d) Þeytið þurrefnunum út í blautan í litlum skömmtum þar til slétt.
e) Þeytið deigið á miklum hraða í 2 mínútur þar til það er ljóst.
f) Skiptið deiginu jafnt á milli beggja formanna og bakið í 30 til
g) mínútur þar til hægt er að stinga hníf í miðjuna og koma út án deigs
h) Kældu kökulögin í formunum í 5 mínútur og snúðu síðan út á vír til að kólna alveg.
i) Til að frosta, settu eitt lagið með frosti og leggðu síðan hitt kökulagið ofan á. Hyljið alla kökuna með frosti.

57. Ostakaka í New York-stíl

Hráefni:
FYRIR SKORPAN
- 2 bollar (224 g) möndlumjöl
- 1/4 tsk salt
- 11/2 matskeiðar (18 g) púðursykur
- 1/4 bolli (56 g) ósaltað smjör, brætt

FYRIR ostakökuna
- 1 pund (454 g) rjómaostur, við stofuhita
- 2 matskeiðar (16 g) maíssterkju
- 2/3 bolli (128 g) kornsykur Klípa af salti
- 1/2 bolli (120 g) sýrður rjómi, við stofuhita
- 2 tsk (10 ml) glútenfrítt vanilluþykkni
- 1/8 tsk glútenlaus möndluþykkni 2 stór egg, við stofuhita
- 1 bolli (235 ml) kalt vatn

LEIÐBEININGAR:
SKORPU
a) Sprautaðu létt yfir botn og hliðar á 7 x 3 tommu (18 x 7,6 cm) springformi með nonstick eldunarúða (svo sem án hveiti í).
b) Klippið hring af smjörpappír í sömu stærð og botninn á springforminu þínu. Settu smjörpappírshringinn á botninn á pönnunni þinni og úðaðu létt með viðbótar nonstick úða. Setja til hliðar.
c) Blandið saman möndlumjöli, salti og púðursykri í lítilli skál. Bætið bræddu smjöri út í og hrærið með gaffli þar til það festist saman.
d) Hellið skorpublöndunni í tilbúna pönnuna. Dreifið með fingrunum og þrýstið varlega niður til að mynda jafnt lag. Settu pönnuna inn í frysti á meðan þú gerir ostakökudeigið.

OSTAKAKA
e) Í meðalstórri blöndunarskál, þeytið rjómaostinn með handþeytara á lágum hraða þar til hann er sléttur. Í lítilli blöndunarskál, blandaðu saman maíssterkju, kornsykri og salti. Bætið helmingnum af sykurblöndunni út í rjómaostinn og þeytið þar til það er rétt innlimað. Skafðu niður hliðar skálarinnar með spaða. Bætið afganginum af sykurblöndunni út í og þeytið þar til það er rétt innlimað. Bætið sýrða rjómanum og vanillu- og möndluþykkni út í rjómaostablönduna. Þeytið þar til það kemur bara saman.
f) Bætið eggjunum út í, einu í einu, skafið skálina vel niður eftir hverja viðbót. Ekki ofblanda.

g) Takið skorpuna úr frystinum. Vefjið botninn á pönnunni þétt inn með álpappír til að koma í veg fyrir leka. Hellið rjómaostadeiginu yfir skorpuna. Bankaðu létt á borðplötuna til að fjarlægja loftbólur.
h) Hellið köldu vatni í innri pottinn á hraðsuðupottinum þínum. Setjið grind í pottinn. Notaðu álpappír til að setja ostakökupönnuna varlega ofan á borðið. Gakktu úr skugga um að pannan snerti ekki vatnið.
i) Lokaðu og læstu lokinu og vertu viss um að gufulosunarhnappurinn sé í þéttingarstöðu. Eldið við háþrýsting í 40 mínútur. Þegar því er lokið skaltu nota hraðlosunaraðferðina með því að snúa losunarhnappinum í loftræstistöðu og losa um gufuna. Þegar flotpinninn er fallinn skaltu opna lokið og opna það varlega. Þurrkaðu yfirborð ostakökunnar varlega með pappírshandklæði til að draga í sig þéttingu.
j) Fjarlægðu ostakökuna varlega og settu hana á grind til að kólna.
k) Þegar ostakakan er alveg kæld skaltu setja í kæli í 6 til 8 klukkustundir eða yfir nótt. Þegar þú ert tilbúinn til að bera fram skaltu taka ostakökuna úr kæli. Losaðu hliðarnar á springforminu og renndu þunnum hníf á milli bökunarpappírsins og skorpunnar og renndu síðan varlega á framreiðsludisk.

58. Einstakar Key Lime ostakökur

Hráefni:
FYRIR SKORPAN
- 11/4 bollar (125 g) malaðar glútenfríar smákökur (eins og vörumerki Pamela)
- 11/2 tsk púðursykur
- 2 matskeiðar (28 g) ósaltað smjör, brætt Klípa af salti

FYRIR ostakökuna
- 8 aura (227 g) rjómaostur, við stofuhita
- 1 matskeið (8 g) maíssterkju
- 1/3 bolli (65 g) kornsykur
- Klípa af salti
- 1 matskeið (15 ml) Key lime safi
- 1/4 bolli (60 g) sýrður rjómi, við stofuhita
- 1 tsk glútenlaus vanilluþykkni
- 1 matskeið (6 g) fínt rifinn Key lime börkur, auk meira til að skreyta
- 1 stórt egg, við stofuhita 11/2 bollar (355 ml) vatn Þeyttur rjómi, til skrauts

SKORPU
a) Sprautaðu létt að innan í sex 4-aura (115 g) múrkrukkum með eldunarúða.
b) Í lítilli skál, blandið saman muldum smákökum, púðursykri, smjöri og salti. Skiptu kexblöndunni jafnt á milli mason krukkanna. Þrýstu smákökubotninum varlega að botni glösanna.

OSTAKAKA
c) Í meðalstórri blöndunarskál, þeytið rjómaostinn með handþeytara á lágum hraða þar til hann er sléttur. Í lítilli blöndunarskál, blandaðu saman maíssterkju, kornsykri og salti. Bætið sykurblöndunni út í rjómaostinn og þeytið þar til það er rétt innlimað. Skafið niður hliðar skálarinnar með spaða.
d) Bætið límónusafa, sýrðum rjóma, vanillu og lime-safa út í rjómaostablönduna. Þeytið þar til það kemur bara saman. Bætið egginu við; hrærið þar til það er bara blandað saman. Ekki ofblanda.
e) Skiptið ostakökudeiginu jafnt á milli krukkanna. Bankaðu krukkunum létt á borðið til að losa allar stórar loftbólur.
f) Bætið vatninu í botninn á innri pottinum.
g) Settu grind í pottinn. Settu fylltu krukkurnar á grindina, gætið þess að hliðar krukkanna snerti ekki hvor aðra né hliðar pottsins. Þú ættir að

geta sett fimm í kringum brúnirnar og hafa pláss fyrir eina krukku í miðjunni. Settu létt stórt álpappír yfir allar krukkurnar.

h) Lokaðu og læstu lokinu og vertu viss um að gufulosunarhnappurinn sé í þéttingarstöðu. Eldið við háþrýsting í 4 mínútur. Þegar eldunartímanum er lokið skaltu leyfa náttúrulegri losun í 10 mínútur, færa síðan hnappinn í útblástursstöðu og sleppa öllum gufu sem eftir er. Þegar flotpinninn fellur skaltu opna lokið og opna það varlega. Ýttu á Hætta við.

i) Fjarlægðu álpappírinn og dragðu í þig þéttingu á yfirborði ostakökunna með því að þeyta varlega með pappírshandklæði. Látið ostakökurnar kólna í pottinum í 30 mínútur, takið þær síðan á kæligrind og látið kólna þar til þær ná stofuhita. Setjið plastfilmu yfir ostakökurnar og setjið í kæliskáp í að minnsta kosti 6 til 8 klukkustundir, helst yfir nótt.

j) Berið fram skreytt með þeyttum rjóma og viðbótar lime-berki.

59.Tvöföld súkkulaði Fudge ostakaka

Hráefni:
FYRIR SKORPAN
- 1 (6,1 únsa, eða 171 g) askja glútenlausar súkkulaðikökur
- 1 matskeið (12 g) kornsykur
- 1/4 tsk salt
- 2 matskeiðar (28 g) ósaltað smjör, brætt

FYRIR ostakökuna
- 11/4 bollar (219 g) hálfsætar súkkulaðiflögur
- 1 pund (454 g) rjómaostur, við stofuhita
- 3/4 bolli (144 g) kornsykur
- 3 stór egg, við stofuhita
- 1/4 bolli (60 g) sýrður rjómi
- 2 tsk (10 ml) glútenfrítt vanilluþykkni
- 11/2 bollar (355 ml) vatn
- Sælgætissykur, til að rykhreinsa

LEIÐBEININGAR:
SKORPU
a) Sprautaðu 7 x 3 tommu (18 x 7,6 cm) springformi með eldunarúða. Skerið smjörpappírshring í sömu stærð og botninn á pönnunni og setjið hann í pönnuna. Sprautaðu á pergamentið. Setja til hliðar.
b) Settu kökurnar í skál matvinnsluvélar og blandaðu þar til þær líkjast grófum sandi. Hellið smákökumylsnunni í meðalstóra skál og bætið sykri og salti út í. Hrærið til að blanda saman. Bætið bræddu smjöri út í og hrærið þar til blandan festist saman.
c) Þrýstið molunum varlega jafnt á botninn á tilbúnu pönnunni. Notaðu fingurna eða flatbotna gler til að hjálpa til við að þrýsta skorpunni á sinn stað. Settu skorpuna inn í frysti á meðan þú gerir fyllinguna.

OSTAKAKA
d) Í miðlungs örbylgjuþolinni skál, bræðið súkkulaðibitana á miklum krafti, hrærið á 30 sekúndna fresti, þar til þær eru sléttar og alveg bráðnar. Látið kólna aðeins.
e) Í skálinni með hrærivél, þeytið rjómaostinn þar til hann er sléttur. Bætið við 3/4 bolla (144 g) kornsykri og haltu áfram að þeyta. Bætið eggjunum út í, einu í einu, þeytið í 1 mínútu og skafið niður hliðar skálarinnar eftir hverja viðbót. Þeytið sýrða rjómann og vanilluna út í þar til það hefur blandast að fullu saman.
f) Með hrærivélinni á lágum hraða, bætið rólega kældu bræddu súkkulaðinu út í. Blandið alveg saman við.

g) Hellið fyllingunni í tilbúna skorpu.
h) Bankaðu á fatið á borðið til að fjarlægja loftbólur.
i) Settu grind í botninn á innri pottinum á hraðsuðupottinum og bættu vatninu við.
j) Vefjið botninum á springforminu þétt inn í álpappír. Sprautaðu álpappír létt með nonstick matreiðsluúða og settu (úðahlið niður) yfir ostakökuna. Notaðu álpappír til að lækka pottinn niður á grindina.
k) Lokaðu og læstu lokinu og vertu viss um að gufulosunarhnappurinn sé í þéttingarstöðu. Eldið við háþrýsting í 56 mínútur. Þegar það
l) er lokið, notaðu hraðsleppingu með því að snúa losunarhnappinum í loftræstingu og losaðu alla gufuna. Þegar flotpinninn fellur skaltu opna lokið og opna það varlega. Ýttu á Hætta við.
m) Notaðu álpappírinn og færðu ostakökuna varlega á vírkæligrindi. Eftir 1 klukkustund skaltu fjarlægja álpappírinn og renna þunnum hníf um brúnir ostakökunnar til að losa hana af pönnunni.
n) Hyljið með plastfilmu og setjið í kæli í að minnsta kosti 8 klukkustundir eða yfir nótt, þar til það er alveg stíft.
o) Skerið í 8 sneiðar og berið fram með sælgætissykri yfir.

60. Mexíkósk súkkulaði pund kaka

Hráefni:
- 11/2 bollar (355 ml) vatn
- 11/3 bollar (160 g) Alhliða glútenfrítt
- 1 bolli (175 g) hálfsætt súkkulaðihveitiblanda
- franskar, skipt
- 1/2 tsk matarsódi
- 1/4 bolli (56 g) ósaltað smjör, mildað
- 1 matskeið (7 g) malaður kanill
- 1 bolli (192 g) sykur   1/4 tsk salt
- 2 stór egg, við stofuhita
- 1/2 bolli (120 ml) súrmjólk, skipt
- 1/3 bolli (80 ml) súkkulaðisíróp
- 2 matskeiðar (30 ml) þungur rjómi
- 1 matskeið (15 ml) glútenfrítt   vanilluþykkni

LEIÐBEININGAR:

a) Helltu vatninu í innri pottinn á hraðsuðupottinum þínum. Bætið tígli út í pottinn. Sprautaðu 7 x 3 tommu (18 x 7,6 cm) springformi með eldunarúða. Setja til hliðar.

b) Settu 2/3 bolla (115 g) af súkkulaðibitunum í örbylgjuofnþolna skál. Örbylgjuofn á miklum krafti með 30 sekúndna millibili þar til súkkulaðið er bráðið og slétt, hrærið vel í hvert skipti. Setja til hliðar.

c) Þeytið smjör og sykur í skál með hrærivél í 6 mínútur, eða þar til blandan er létt og loftkennd. Bætið eggjunum út í, einu í einu, þeytið vel eftir hverja viðbót. Bætið súkkulaðisírópinu, vanillu og bræddu súkkulaðibitum saman við og þeytið þar til það hefur blandast vel saman.

d) Í meðalstórri skál, þeytið saman hveitiblönduna, matarsóda, kanil og salt. Með hrærivélinni á lágum hraða, bætið helmingnum af hveitiblöndunni út í súkkulaðideigið og blandið vel saman. Bætið 1/4 bolla (60 ml) af súrmjólkinni út í og blandið saman. Bætið afganginum af hveitiblöndunni út í og svo restinni af súrmjólkinni, haltu áfram að þeyta á lágum hraða þar til blandan hefur aðeins blandast saman.

e) Hellið deiginu í tilbúna pönnuna. Sprayðu aðra hlið álpappírs með nonstick matreiðsluúða og hyldu kökuna (úðahliðina niður), þrýstu brúnirnar til að loka. Notaðu álpappír til að lækka kökuna niður á borðplötuna í hraðsuðupottinum þínum.

f) Lokaðu og læstu lokinu og vertu viss um að gufulosunarhnappurinn sé í þéttingarstöðu. Eldið við háþrýsting í 55 mínútur. Þegar eldunartímanum er lokið, leyfðu 10 mínútna náttúrulegri losun, snúðu síðan hnappinum í útblástursstöðu og losaðu alla gufu sem eftir er. Þegar flotpinninn fellur skaltu opna lokið og opna það varlega.

g) Notaðu álpappírinn til að lyfta kökunni úr pottinum og setja á vírkæligrind. Fjarlægðu álpappírinn af toppnum og láttu kökuna kólna í 10 mínútur. Notaðu mjóan spaða eða mjóan hníf, losaðu kökuna varlega frá hliðum formsins og hvolfið á kæligrindina. Látið kólna alveg.
h) Eftir að kakan er orðin köld skaltu búa til gljáann.
i) Örbylgjuofn af 1/3 bolla (60 g) súkkulaðibitunum í örbylgjuþolinni skál við háan kraft í 2 mínútur, hrærið eftir 30 sekúndna fresti, þar til slétt. Bætið þunga rjómanum og örbylgjuofni út í til viðbótar
j) 15 sekúndur, eða þar til það er aðeins heitt í gegn. Hrærið þar til slétt og gljáandi. Dreypið gljáanum yfir kökuna. Leyfið kökunni að standa í 30 mínútur til 1 klst til viðbótar til að gljáinn stífni áður en hún er borin fram.

61. Miðjarðarhafs prune-plómukaka

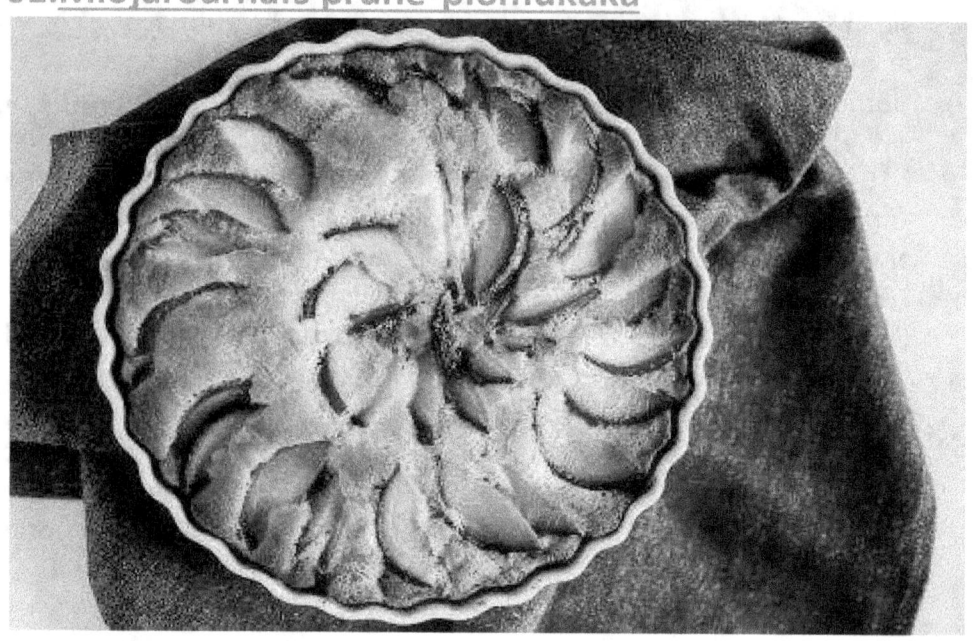

HRÁEFNI:
FYRIR Kökuna:
- 1 bolli heilhveiti
- ½ bolli möndlumjöl
- 1 tsk lyftiduft
- ½ tsk matarsódi
- ¼ teskeið salt
- ½ bolli ólífuolía
- ½ bolli hunang
- 2 stór egg
- 1 tsk vanilluþykkni
- ½ bolli grísk jógúrt
- 1 bolli grófhreinsaðar sveskjur, saxaðar
- 1 bolli plómur, sneiddar

FYRIR ÁFLAÐIÐ:
- 2 matskeiðar hunang
- ¼ bolli saxaðar möndlur

LEIÐBEININGAR:
a) Forhitið ofninn í 350°F (180°C). Smyrjið og hveiti kökuform.
b) Þeytið saman heilhveiti, möndlumjöl, lyftiduft, matarsóda og salt í skál.
c) Í sérstakri stórri skál, þeytið saman ólífuolíu, hunangi, eggjum og vanilluþykkni þar til það hefur blandast vel saman.
d) Bætið þurrefnunum við blautu hráefnin, blandið saman þar til það hefur blandast saman.
e) Blandið grísku jógúrtinni saman við þar til deigið er slétt.
f) Blandið söxuðum sveskjunum varlega saman við.
g) Hellið deiginu í tilbúið kökuform og sléttið toppinn.
h) Raðið niðursneiddum plómunum ofan á deigið.
i) Dreypið hunangi yfir plómurnar og stráið söxuðum möndlum yfir.
j) Bakið í 35-40 mínútur eða þar til tannstöngull sem stungið er í miðjuna kemur hreinn út.
k) Látið kökuna kólna á forminu í 10 mínútur áður en hún er sett á grind til að kólna alveg.
l) Þegar það hefur kólnað, skerið í sneiðar og berið fram.

62.Möndlu- og appelsínuhveitilaus kaka

HRÁEFNI:
- 1 bolli möndlumjöl
- ¾ bolli sykur
- 3 stór egg
- Börkur af 1 appelsínu
- ¼ bolli ferskur appelsínusafi
- 1 tsk lyftiduft
- ¼ teskeið salt
- Möndlur í sneiðar til skrauts

LEIÐBEININGAR:
a) Forhitið ofninn í 350°F (180°C). Smyrjið og klæðið kökuform.
b) Í skál, þeytið saman möndlumjöl, sykur, egg, appelsínubörkur, appelsínusafa, lyftiduft og salt þar til það er slétt.
c) Hellið deiginu í tilbúna pönnuna og stráið sneiðum möndlum ofan á.
d) Bakið í 25-30 mínútur eða þar til tannstöngull sem stungið er í miðjuna kemur hreinn út.
e) Leyfið kökunni að kólna áður en hún er skorin í sneiðar.

63. Appelsínu- og ólífuolíukaka

HRÁEFNI:
- 2 bollar möndlumjöl
- 1 bolli sykur
- 4 stór egg
- ½ bolli extra virgin ólífuolía
- Börkur af 2 appelsínum
- Safi úr 1 appelsínu
- 1 tsk lyftiduft
- ¼ teskeið salt
- Púðursykur til að rykhreinsa

LEIÐBEININGAR:
a) Forhitið ofninn í 350°F (180°C). Smyrjið og hveiti kökuform.
b) Í stórri skál, þeytið saman möndlumjöl, sykur, egg, ólífuolíu, appelsínubörk, appelsínusafa, lyftiduft og salt þar til það hefur blandast vel saman.
c) Hellið deiginu í tilbúið form og bakið í 30-35 mínútur eða þar til tannstöngull sem stungið er í miðjuna kemur hreinn út.
d) Leyfið kökunni að kólna og stráið síðan flórsykri yfir áður en hún er borin fram.

64.Súkkulaðimús kaka

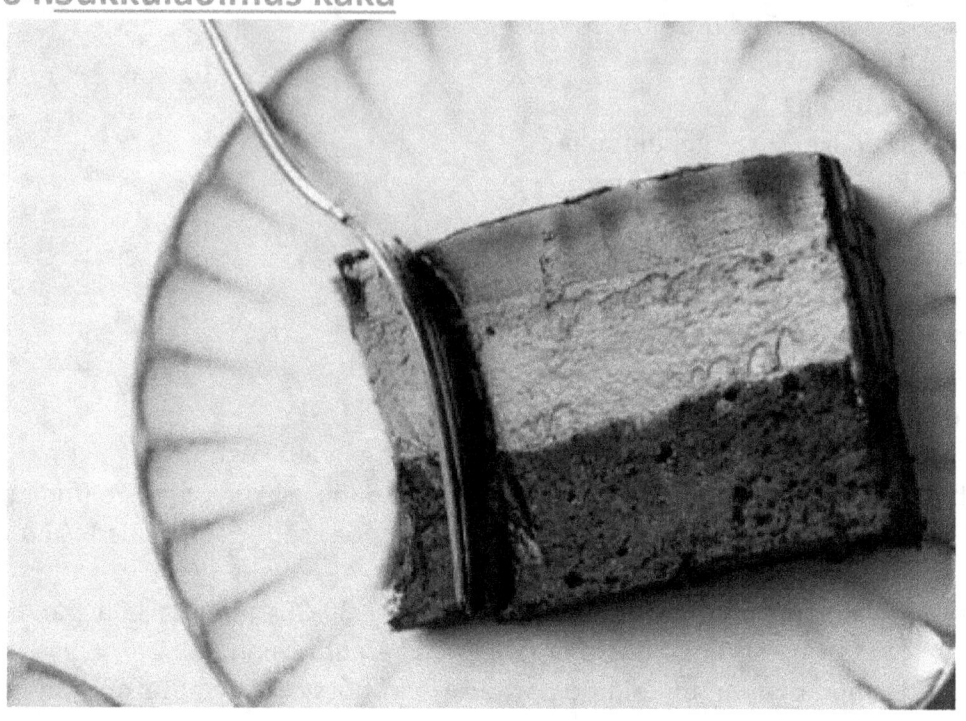

HRÁEFNI:
FYRIR Kökuna:
- 2 bollar möndlumjöl
- ½ bolli ósykrað kakóduft
- 1 tsk lyftiduft
- ½ tsk matarsódi
- ¼ teskeið salt
- 4 stór egg
- ½ bolli ósykrað möndlumjólk
- ¼ bolli brædd kókosolía
- 1 tsk vanilluþykkni

FYRIR súkkulaðimúsina:
- 1 ½ bolli þungur rjómi
- ½ bolli sykurlausar dökkar súkkulaðiflögur
- 1 tsk vanilluþykkni

LEIÐBEININGAR:
FYRIR Kökuna:
a) Forhitaðu ofninn þinn í 350°F (180°C) og smyrjið hringlaga kökuform.
b) Í stórri skál, þeytið saman möndlumjöl, kakóduft, lyftiduft, matarsóda og salt.
c) Þeytið eggin í sérstakri skál og bætið síðan við möndlumjólk, bræddri kókosolíu og vanilluþykkni. Blandið vel saman.
d) Hellið blautu hráefnunum í þurrefnin og hrærið þar til það hefur blandast vel saman.
e) Hellið deiginu í tilbúið kökuform og sléttið toppinn.
f) Bakið í 25-30 mínútur eða þar til tannstöngull sem stungið er í miðjuna kemur hreinn út.
g) Látið kökuna kólna á forminu í 10 mínútur áður en hún er sett á grind til að kólna alveg.

FYRIR súkkulaðimúsina:
h) Hitið ½ bolla af þungum rjóma í potti þar til hann byrjar að malla. Takið af hitanum.
i) Bætið sykurlausu dökku súkkulaðiflögunum út í heita rjómann og látið standa í eina mínútu til að bráðna. Hrærið þar til slétt.
j) Þeytið 1 bolla sem eftir er af þungum rjóma með í sérstakri skál vanilluþykkni þar til stífir toppar myndast.
k) Blandið bræddu súkkulaðiblöndunni varlega saman við þeytta rjómann þar til hún hefur blandast vel saman.

SAMSETNING:
l) Þegar kakan er alveg kæld, skerið hana í tvennt lárétt.
m) Smyrjið lagi af súkkulaðimús á neðri helming kökunnar.
n) Setjið efsta helminginn af kökunni yfir mousselagið.
o) Hyljið alla kökuna með súkkulaðimúsinni sem eftir er.
p) Kælið kökuna í að minnsta kosti 4 klukkustundir eða yfir nótt til að stífna.

65.Súkkulaði rúllutaka

HRÁEFNI:
FYRIR Kökuna:
- 6 stór egg, aðskilin
- ½ bolli möndlumjöl
- ¼ bolli ósykrað kakóduft
- 1 tsk lyftiduft
- ¼ tsk rjómi af vínsteini
- 1 tsk vanilluþykkni

FYRIR FYLLINGU:
- 1 bolli þungur rjómi
- ¼ bolli ósykrað kakóduft
- 1 tsk vanilluþykkni

LEIÐBEININGAR:
FYRIR Kökuna:
a) Forhitið ofninn í 350°F (175°C). Klæðið hlauprúlluform með smjörpappír.
b) Þeytið eggjarauður í stórri skál þar til þær eru ljósar og þykkar. Bætið við möndlumjöli, kakódufti, lyftidufti og vanilluþykkni. Blandið þar til það hefur blandast vel saman.
c) Í sérstakri skál, þeytið eggjahvítur og vínsteinsrjóma þar til stífir toppar myndast.
d) Blandið eggjahvítunum varlega saman við eggjarauðublönduna þar til þær eru aðeins blandaðar.
e) Dreifið deiginu jafnt á tilbúna pönnu.
f) Bakið í 12-15 mínútur eða þar til toppurinn er stinn og brúnirnar byrja að dragast frá hliðum formsins.
g) Takið úr ofninum og látið kólna aðeins.

FYRIR FYLLINGU:
h) Þeytið þungan rjóma, kakóduft og vanilluþykkni í skál þar til stífir toppar myndast.

SAMSETNING:
i) Þegar kakan hefur kólnað örlítið skaltu rúlla henni varlega upp, byrja á einum af stuttendunum, með bökunarpappír.
j) Látið rúllukökuna kólna alveg.
k) Rúllaðu kökunni varlega út og dreifðu þeytta rjómafyllingunni jafnt yfir yfirborðið.
l) Rúllið kökunni upp aftur, án smjörpappírsins.
m) Valfrjálst: Rykið toppinn með auka kakódufti.
n) Geymið í kæli í að minnsta kosti 2 klukkustundir áður en það er skorið í sneiðar og borið fram.

66. Sítrónu Poppy Fræ kaka

HRÁEFNI:
FYRIR Sítrónuvalmúfræ kökuna:
- 2 bollar möndlumjöl
- ⅓ bolli kókosmjöl
- 1 matskeið valmúafræ
- 1 tsk lyftiduft
- ¼ teskeið salt
- ½ bolli ósaltað smjör, brætt
- 4 stór egg
- ⅓ bolli ósykrað möndlumjólk
- Börkur af 2 sítrónum
- Safi úr 1 sítrónu
- 1 tsk vanilluþykkni

FYRIR BLACKBERRY smjörkremið:
- 1 bolli ósaltað smjör, mildað
- ½ bolli fersk brómber
- 1 tsk vanilluþykkni

LEIÐBEININGAR:
FYRIR Sítrónuvalmúfræ kökuna:
a) Forhitið ofninn í 350°F (175°C). Smyrjið og klæðið kökuform með bökunarpappír.
b) Í stórri skál, þeytið saman möndlumjöl, kókosmjöl, valmúafræ, lyftiduft og salt.
c) Blandið saman bræddu smjöri, eggjum, möndlumjólk, sítrónuberki, sítrónusafa og vanilluþykkni í sérskál.
d) Bætið blautu hráefnunum við þurrefnin og hrærið þar til það hefur blandast vel saman.
e) Hellið deiginu í tilbúið kökuform og sléttið toppinn.
f) Bakið í 25-30 mínútur eða þar til tannstöngull sem stungið er í miðjuna kemur hreinn út.
g) Leyfið kökunni að kólna alveg áður en hún er sett á frost.

FYRIR BLACKBERRY smjörkremið:
h) Maukið brómberin í blandara þar til þau eru slétt. Síið maukið til að fjarlægja fræin.
i) Í stórri skál, þeytið mjúkt smjör þar til það er rjómakennt. Bæta við brómbermauki og vanilluþykkni. Þeytið þar til það er vel blandað og loftkennt.

SAMSETNING KÖKU:
j) Þegar kakan er alveg kæld, smyrðu lag af brómberjasmjörkremi ofan á.
k) Settu annað kökulag ofan á og endurtaktu þar til öll lögin eru staflað.
l) Valfrjálst: Frostið alla kökuna með brómberjasmjörkreminu sem eftir er.
m) Skreytið með ferskum brómberjum og sítrónusneiðum ef vill.

67. Bláberja lime kaka

HRÁEFNI:
FYRIR Bláberja LIME Kökuna:
- 2 bollar möndlumjöl
- ⅓ bolli kókosmjöl
- 1 tsk lyftiduft
- ¼ teskeið salt
- ½ bolli ósaltað smjör, brætt
- 4 stór egg
- Börkur af 2 lime
- 1 tsk vanilluþykkni
- 1 bolli fersk bláber

LEIÐBEININGAR:
FYRIR Bláberja LIME Kökuna:
a) Forhitið ofninn í 350°F (175°C). Smyrjið og klæðið kökuform með bökunarpappír.
b) Í stórri skál, þeytið saman möndlumjöl, kókosmjöl, lyftiduft og salt.
c) Blandið bræddu smjöri, eggjum, lime-safa, limesafa og vanilluþykkni í sérstakri skál.
d) Bætið blautu hráefnunum við þurrefnin og hrærið þar til það hefur blandast vel saman.
e) Blandið ferskum bláberjunum varlega saman við.
f) Hellið deiginu í tilbúið kökuform og sléttið toppinn.
g) Bakið í 25-30 mínútur eða þar til tannstöngull sem stungið er í miðjuna kemur hreinn út.
h) Leyfið kökunni að kólna alveg áður en hún er sett í glerjun.

SAMSETNING KÖKU:
i) Skreytið með viðbótar lime-berki og bláberjum.
j) Skerið í sneiðar og berið fram.

68.Sesam Lemon Mug kaka

HRÁEFNI:
- 3 matskeiðar möndlumjöl
- 1 matskeið sesammjöl
- ¼ tsk lyftiduft
- Klípa af salti
- 1 matskeið brætt smjör
- 1 stórt egg
- 1 matskeið sítrónusafi
- ½ tsk sítrónubörkur
- ¼ tsk vanilluþykkni
- Valfrjálst: 1 matskeið sesamfræ (til áleggs)

LEIÐBEININGAR:
a) Blandið saman möndlumjöli, sesammjöli, lyftidufti og klípu af salti í örbylgjuofnþolnu krús. Blandið vel saman.
b) Bætið bræddu smjöri, eggi, sítrónusafa, sítrónuberki og vanilluþykkni út í þurrefnin. Hrærið þar til deigið er slétt.
c) Örbylgjuofn á háu í 1½ til 2 mínútur eða þar til bollakökun er stillt í miðjuna.
d) Valfrjálst: Stráið sesamfræjum ofan á fyrir aukna áferð.
e) Leyfið kökunni að kólna í nokkrar mínútur áður en hún er borin fram.

69.Kanilsnúðarkaka

HRÁEFNI:
- 3 matskeiðar möndlumjöl
- 1 matskeið brætt smjör
- ¼ tsk lyftiduft
- ½ tsk malaður kanill
- 1 stórt egg
- ¼ tsk vanilluþykkni

LEIÐBEININGAR:
a) Þeytið saman möndlumjöli, bræddu smjöri, lyftidufti, kanil, eggi og vanilluþykkni í örbylgjuofnþolnu krús.
b) Örbylgjuofn á hátt í 90 sekúndur eða þar til kakan er stíf í miðjunni.
c) Látið það kólna í eina mínútu áður en þið njótið þess.

VEGAN KÖKUR

70.Snickerdoodle bollakökur með sykursmjörkremi

HRÁEFNI:
FYRIR BOLLAKÖKURNAR
- 3 bollar alhliða hveiti
- 1 matskeið lyftiduft
- 1 matskeið malaður kanill
- ½ tsk salt
- 1¼ bollar kornsykur
- 1 bolli vegan smjör, við stofuhita
- 2 tsk vanilluþykkni
- 1 bolli ósykrað eplamauk
- 1 bolli jurtamjólk, skipt

FYRIR FROSTINGINN
- 1½ bolli vegan smjör, við stofuhita
- 2 matskeiðar pakkaður púðursykur
- 1 tsk malaður kanill
- ½ tsk vanilluþykkni
- 4 bollar flórsykur, skipt

LEIÐBEININGAR:
a) Forhitið ofninn í 350°F. Klæðið 2 venjuleg muffinsform með pappírsfóðri.
b) Gerðu bollakökurnar: Blandaðu saman hveiti, lyftidufti, kanil og salti í stórri skál.
c) Notaðu rafmagnshandþeytara í annarri stórri skál, þeytið sykur og smjör á miðlungs hátt í um það bil 5 mínútur, eða þar til létt og loftkennt. Bætið vanillu, síðan eplamósu, ¼ bolli í einu, skafið niður skálina eftir þörfum.
d) Lækkið hraðann í lágan og bætið ⅓ af hveitiblöndunni saman við, blandið þar til það hefur verið blandað saman, síðan ½ bolli af mjólk. Bætið við öðrum ⅓ af hveitiblöndunni, fylgt eftir af ½ bolla af mjólk og afganginum af hveitiblöndunni. Þeytið þar til það hefur blandast að fullu saman.
e) Fylltu hvern muffinsbolla ¾ fullan. Bakið í 18 til 20 mínútur, snúið hálfa leið í gegn, eða þar til tannstöngull sem stungið er í miðjuna kemur hreinn út. Takið úr ofninum og látið kólna alveg, um 20 mínútur.
f) Gerðu frostinginn: Notaðu rafmagnshrærivél í stórri skál, þeytið smjör, púðursykur, kanil og vanillu á miðlungs hátt í um það bil 5 mínútur, eða þar til létt og loftkennt. Minnkaðu hraðann í lágmark og blandaðu rólega 1 bolla af flórsykri inn í og þeytið í 1 mínútu. Aukið hraðann í miðlungs og þeytið í 3 til 4 mínútur. Endurtaktu í 1 bolla þrepum með hinum 3 bollum af flórsykri.
g) Notaðu offset spaða eða sprautupoka með stórri stjörnu eða hringlaga odd til að frosta bollakökurnar.

71. Draumkenndar rjómafylltar súkkulaðibollur

HRÁEFNI:
- 1½ bolli alhliða hveiti
- 1 bolli kornsykur
- ¾ bolli kakóduft með hollensku vinnslu
- 1½ tsk matarsódi
- ¾ tsk lyftiduft
- 1 bolli sojasúrmjólk
- ½ bolli bruggað kaffi, heitt
- ½ bolli ósykrað eplamósa
- 1 tsk vanilluþykkni
- 2 bollar kókosþeyttur rjómi eða keyptur í búð, kældur þar til þarf
- 1 bolli mjólkurlausar hálfsætar súkkulaðiflögur
- ⅔ bolli kókos- eða sojarjómi
- 1 bolli flórsykur, auk meira eftir þörfum
- 1 matskeið sojamjólk

LEIÐBEININGAR:

a) Forhitið ofninn í 350°F. Klæðið 2 venjuleg muffinsform með pappírsfóðri.
b) Blandið saman hveiti, kornsykri, kakódufti, matarsóda og lyftidufti í stórri skál. Bætið súrmjólkinni, kaffinu, eplamaukinu og vanillu út í. Þeytið til að blanda saman.
c) Skelltu í tilbúin muffinsform, fylltu hvern bolla um það bil ½ fullan. Bakið í 18 til 20 mínútur, eða þar til tannstöngull sem stungið er í miðjuna kemur hreinn út. Takið úr ofninum. Látið kólna alveg.
d) Flyttu þeytta rjómann yfir í sprautupoka með miðlungs kringlóttum odd, eða endurlokanlegan poka með horninu klippt af. Notaðu enda á spaða eða þeytara, ýttu gati í miðja hverja bollaköku. Fylltu með rjóma. Frystið bollurnar í um það bil 15 mínútur.
e) Hitið súkkulaðibitana og kókosrjómann í hitaþolinni glerskál yfir potti sem er fylltur með 2 til 3 tommu af sjóðandi vatni, hrærið oft þar til bráðnar. (Eða bræddu í örbylgjuofni með 30 sekúndna millibili þar til slétt, hrærið á milli.)
f) Þeytið flórsykurinn og sojamjólkina í lítilli skál þar til það er slétt og kremið fellur af þeytaranum í tætlur. Ef það er of þunnt skaltu bæta við meiri sykri, 1 matskeið í einu, þar til æskilegri þéttleika er náð. Flyttu yfir í lagnapoka með litlum hringlaga odd, eða endurlokanlegan poka með horninu klippt af til að gera mjög lítið op.
g) Dýfðu eða skeiðaðu bræddu súkkulaðiganache ofan á hverja bollaköku. Látið stífna í 10 mínútur, pípið síðan kökukremslykkjur yfir miðju hverrar bollaköku og látið hefast í 15 mínútur.

72. Ice Cream Sundae Cupcake keilur

HRÁEFNI:
- 24 flatbotna íspinnar
- 2½ bollar alhliða hveiti
- 2¼ bollar kornsykur, skipt
- 1 bolli vegan konfetti sprinkles eða franskar
- 1 matskeið auk 1 tsk lyftiduft
- 1 tsk salt
- ¼ bolli vegan smjör, við stofuhita
- 1 bolli ósykrað sojamjólk
- ⅔ bolli vínberjafræ eða létt jurtaolía
- ½ bolli ósykrað eplamósa
- 4 tsk vanilluþykkni, skipt
- 3 aura aquafaba
- ½ tsk rjómi af tartar
- 3 matskeiðar flórsykur

TIL SKRETTINGAR
- Vegan súkkulaði eða regnboga strá
- Vegan maraschino kirsuber

LEIÐBEININGAR:
a) Forhitið ofninn í 350°F. Klæðið 2 venjuleg muffinsform með álpappír. Settu ísbollurnar í tilbúnu muffinsforminu, krumpaðu álpappírinn ef þörf krefur til að koma á stöðugleika í þeim.
b) Blandið saman hveiti, 1½ bolla af strásykri, stökkum, lyftidufti og salti í stórri skál. Þeytið til að blanda saman.
c) Bætið smjörinu út í og skerið smjörið inn í hveitiblönduna með sætabrauðsskera þar til það líkist grófu maísmjöli. (Ef þú átt ekki sætabrauðsskera skaltu nota 2 hnífa og skera í þvers og kruss.)
d) Bætið við mjólkinni, olíunni, eplamaukinu og 2 tsk af vanillu. Notaðu rafmagnshandþeytara og þeytið á miðlungs þar til slétt. Skiptið deiginu jafnt á milli ísbollanna, fyllið hverja og eina um ¾ fulla. Ekki fylla of mikið eða þá geta þeir velt eða orðið of þungir til að standa upp.
e) Bakið í 20 til 23 mínútur, eða þar til tannstöngull sem stungið er í miðjuna kemur hreinn út. Takið úr ofninum. Látið kólna alveg.
f) Á meðan, notaðu rafmagnshandþeytara í annarri stórri skál eða hrærivél með þeytara, þeytið aquafaba, 2 tsk af vanillu og tartarkreminu sem eftir eru á miðlungs hátt í 8 til 10 mínútur, eða þar til blandan er orðin stíf. tinda. (Ef þú getur snúið skálinni á hvolf og blandan dettur ekki út hefurðu náð stífum toppum.) Bætið flórsykrinum og ¾ bollanum sem eftir er af strásykri rólega út í og haltu áfram að þeyta þar til hún er uppleyst og lóin verða gljáandi skína.
g) Flyttu yfir í pípupoka með stórum, hringlaga odd, eða endurlokanlegan poka með horninu klippt af, og píddu á kældu bollakökurnar í hringlaga hreyfingum til að líkjast mjúkum framreiðslu. Skreytið með strái og kirsuberjum ofan á.

73.Sætar kartöflur og kaffibrúnkökur

HRÁEFNI:
- 1/3 bolli nýlagað heitt kaffi
- 1 únsa ósykrað súkkulaði, saxað
- ¼ bolli rapsolía
- ⅔ bolli sætkartöflumauk
- 2 tsk hreint vanilluþykkni

LEIÐBEININGAR:
a) Forhitið ofninn í 350 gráður Fahrenheit.
b) Blandið saman kaffinu og 1 eyri súkkulaði í skál og setjið til hliðar í 1 mínútu.
c) Blandið saman olíu, sætkartöflumauki, vanilluþykkni, sykri, kakódufti og salti í blöndunarskál. Blandið þar til allt er vel blandað saman.
d) Blandið saman hveiti og lyftidufti í sérstakri skál. Bætið súkkulaðibitunum saman við og blandið vel saman.
e) Notaðu spaða og hrærðu þurrefnunum varlega út í þau blautu þar til öll innihaldsefnin hafa blandast saman.
f) Hellið deiginu í bökunarformið og bakið í 30–35 mínútur, eða þar til tannstöngull sem stungið er í miðjuna kemur hreinn út.
g) Leyfðu að kólna alveg.

74.K úkkulaði-nammi ostakaka

Hráefni:
- 9-eyri kassi af súkkulaðiskökukökum; mulið
- ¼ bolli sykur
- ¼ bolli jurtamiðað smjör; bráðnað
- 2 súkkulaðihúðaðar karamellu-hnetu-núggatstangir; gróft saxað
- 2 pakkar af rjómaosti úr jurtaríkinu; mýkt
- ½ bolli Sykur
- ¾ bolli hálfsætar súkkulaðiflögur; bráðnað
- 1 tsk Vanilla
- jurtaþeyttur rjómi

LEIÐBEININGAR:
a) Sameina fyrstu 3 hráefnin; þrýstið blöndunni jafnt á botninn og 1-½" uppi hliðar á 9" springformi.
b) Stráið söxuðum núggatstöngum jafnt yfir botninn; setja til hliðar.
c) Þeytið rjómaost úr jurtaríkinu á miklum hraða með hrærivél þar til hann er ljós og loftkenndur.
d) Bætið sykri smám saman út í, blandið vel saman.
e) Hrærið súkkulaðibitum og vanillu saman við; þeytið þar til blandað. Skeið yfir nammilagið. Bakið við 350° í 30 mínútur.
f) Takið úr ofninum og hlaupið með hníf í kringum brúnirnar á pönnunni til að losa hliðarnar.
g) Látið kólna í stofuhita á grind.
h) Lokið og kælið í að minnsta kosti 8 klst.
i) Til að bera fram skaltu fjarlægja ostakökuna af pönnunni; pípa eða dúkka úr jurtaríkinu þeyttum rjóma ofan á.

75.Smákökur og rjómabollur

HRÁEFNI:
FYRIR BOLLAKÖKURNAR
- 2½ bollar alhliða hveiti
- 2½ tsk lyftiduft
- ½ tsk salt
- 1 bolli kornsykur
- ½ bolli jurtaolía
- ½ bolli ósykrað eplamósa
- 1 tsk vanilluþykkni
- 1¼ bollar ósykrað sojamjólk, skipt
- 2 bollar grófmuldar vegan súkkulaðisamlokukökur

FYRIR FROSTINGINN
- 3 bollar flórsykur
- 1½ bolli vegan súkkulaði samlokukökumola
- 1 bolli vegan smjör, við stofuhita
- 2 matskeiðar ósykrað sojamjólk
- 1 tsk vanilluþykkni
- 24 vegan mini súkkulaði samlokukökur, til skrauts

LEIÐBEININGAR:
a) Forhitið ofninn í 350°F. Klæðið 2 venjuleg muffinsform með pappírsfóðri.
b) Búið til bollakökurnar: Blandið saman hveiti, lyftidufti og salti í stórri skál.
c) Notaðu rafmagns handþeytara í annarri stórri skál og þeytið sykur, olíu, eplamauk og vanillu á miðlungs í um það bil 3 mínútur, eða þar til deigið er létt og loftkennt.
d) Byrjið og endar með hveitiblöndunni, bætið um ⅓ af hveitiblöndunni út í, síðan helminginn af mjólkinni, skafið niður skálina eftir þörfum á milli þess sem er bætt í. Endurtaktu þar til öll innihaldsefnin eru tekin saman. Brjótið mulið smákökurnar saman við.
e) Dreifið deiginu jafnt í muffinsformin og fyllið hvern bolla um ¾ fullan. Bakið í 18 til 20 mínútur, eða þar til tannstöngull sem stungið er í miðjuna kemur hreinn út. Takið úr ofninum. Látið kólna alveg.
f) Gerðu frosting: Notaðu rafmagnshrærivél í stórri skál, þeytið sykur, smákökumola, smjör, mjólk og vanillu á meðalstórt þar til slétt. Smyrjið eða dreifið yfir bollakökurnar og skreytið með smákökunum.

76.Jarðarberja-vanillu bakaðar D'oh-hnetur

HRÁEFNI:
- 3 matskeiðar vegan smjör, brætt, auk meira til að smyrja
- 1¼ bollar alhliða hveiti
- 1 bolli ósykrað sojamjólk, skipt
- ½ bolli kornsykur
- 1½ tsk vanilluþykkni, skipt
- 1 tsk lyftiduft
- ¼ teskeið salt
- 1 bolli jarðarberjasulta
- 1 bolli flórsykur
- 3 til 4 dropar vegan bleikur gel matarlitur
- ⅓ bolli vegan regnbogasprengju

LEIÐBEININGAR:

a) Forhitið ofninn í 350ºF. Smyrjið 2 kleinuhringjamót sem ekki eru stokkuð. Klæddu bökunarplötu með bökunarpappír og settu grind ofan á.

b) Blandið saman hveiti, ¾ bolla af mjólk, kornsykri, smjöri, 1 teskeið af vanillu, lyftidufti og salti í stórri skál. Hrærið þar til það hefur blandast vel saman. Skeið í tilbúnu pönnurnar, fyllið ¼ fullt. Bætið lagi af sultu við hvern kleinuhring (ef sultan þín er of þykk, hitið í örbylgjuofn í 20 til 30 sekúndur til að losna), setjið síðan meira deig yfir, fyllið ¾ fullt.

c) Bakið í 10 til 12 mínútur, eða þar til topparnir líta vel út. Takið úr ofninum, látið kólna í 5 mínútur og setjið síðan yfir á vírgrind til að kólna alveg.

d) Blandið saman flórsykrinum, ½ teskeið af vanillu, ¼ bolla af mjólk og matarlitnum í meðalstórri skál. Þeytið þar til gljáinn myndar sléttar tætlur þegar honum er hellt yfir og liturinn er djúpbleikur.

e) Dýfðu hverjum kleinuhring í gljáann og farðu aftur á vírgrind. Stráið ofan á og látið standa í 10 mínútur til að stífna.

77.Gleruð bláberja Streusel kaffiterta

HRÁEFNI:
FYRIR KÖKUNA
- ¼ bolli auk 2 matskeiðar vegan smjör, við stofuhita, auk meira til að smyrja
- 1 bolli alhliða hveiti, auk meira til að rykhreinsa
- 2 matskeiðar heitt vatn
- 1 matskeið malað hörfræ
- 1¼ tsk lyftiduft
- ¼ teskeið salt
- ½ bolli kornsykur
- 1 bolli ósykrað möndlumjólk
- 1 tsk vanilluþykkni
- 1¼ bollar fersk eða frosin bláber, skipt

FYRIR STREUSEL ÁLAGIÐ
- ½ bolli alhliða hveiti
- ½ bolli pakkaður púðursykur
- ½ bolli smátt saxaðar pekanhnetur
- ¼ bolli vegan smjör, brætt
- 1 tsk malaður kanill

FYRIR GLÍAN:
- 1 bolli flórsykur
- 2 matskeiðar ósykrað möndlumjólk

LEIÐBEININGAR:
a) Forhitið ofninn í 350°F. Smyrjið og hveiti 8 x 8 tommu bökunarform.
b) Gerið kökuna: Blandið saman vatni og hörfræi í lítilli skál. Látið sitja í um það bil 5 mínútur.
c) Blandið saman hveiti, lyftidufti og salti í meðalstórri skál.
d) Notaðu rafmagnshrærivél í stórri skál og þeytið sykur og smjör á meðalhátt í um það bil 4 mínútur, eða þar til létt og loftkennt. Bætið mjólkinni, hörfræblöndunni og vanillu saman við og blandið vel saman. Bætið þurrefnunum rólega saman við og blandið þar til slétt.
e) Gerðu streusel áleggið: Blandaðu saman hveiti, sykri, pekanhnetum, smjöri og kanil í meðalstórri skál. Hrærið þar til það hefur blandast vel saman.
f) Hellið helmingnum af deiginu í tilbúna pönnuna og sléttið úr til að mynda jafnt lag. Toppið með helmingnum af streusel og 1 bolla af bláberjum, hellið svo afganginum af deiginu ofan á. Stráið afganginum af streusel og ¼ bolla af bláberjum ofan á.
g) Bakið í 35 mínútur, eða þar til tannstöngull sem stungið er í miðjuna kemur hreinn út. Takið úr ofninum, látið kólna í 20 til 30 mínútur og setjið síðan yfir á vírgrind til að kólna alveg.
h) Gerðu gljáann: Þeytið sykur og mjólk í lítilli skál þar til það er þykkt en hægt að hella. Dreypið yfir kældu kökuna.

78.Bananabúðingskaka

HRÁEFNI:
- ¼ bolli vegan smjör, við stofuhita, auk meira til að smyrja
- 2½ bollar alhliða hveiti
- 1½ bollar kornsykur
- 1 matskeið auk 1 tsk lyftiduft
- 1 tsk salt
- 2 (3,4 únsur) pakkar vegan instant bananabúðing blanda, skipt
- 1½ bolli ósykrað kókosmjólk
- 1 bolli þroskaður banani, stappaður, auk 2 banana, skornir í ½ tommu þykka hringi
- 2 bollar kókosrjómi
- 2 matskeiðar flórsykur

LEIÐBEININGAR:

a) Forhitið ofninn í 350ºF. Smyrðu 2 (9 tommu) kringlótt kökuform, klæððu botnana með smjörpappír og smyrðu aftur.

b) Blandið saman hveiti, kornsykri, lyftidufti og salti í stórri skál. Bætið smjörinu út í og skerið smjörið inn í hveitiblönduna með sætabrauðsskera þar til það líkist grófu maísmjöli. (Ef þú ert ekki með sætabrauðsskera skaltu nota 2 hnífa og skera í þvers og kruss.) Bætið við 1 pakka af instant pudding mix, mjólkinni og maukuðum banana. Notaðu rafmagns handþeytara og blandaðu á miðlungs þar til slétt.

c) Skiptið jafnt á milli tilbúnu formanna, sléttið út til að mynda jafnt lag og bakið í 25 til 30 mínútur, eða þar til tannstöngull sem stungið er í miðjuna kemur hreinn út. Takið úr ofninum. Látið kólna alveg.

d) Notaðu rafmagnshandþeytara í skál og þeytið kókosrjómann hátt. Bætið flórsykrinum út í og haltu áfram að þeyta. Þegar blandan byrjar að þykkna, bætið þá pakkanum sem eftir er af búðingblöndunni út í og blandið þar til slétt og rjómakennt. Geymið í kæli í að minnsta kosti 30 mínútur.

e) Setjið 1 köku á kökudisk og setjið helminginn af rjómafyllingunni yfir, jafnið út til að mynda jafnt lag. Setjið afganginn af kökunni ofan á og toppið með afganginum af fyllingunni, notið offsetspaða til að búa til þyrlur. Toppið með sneiðum bönunum.

79.Gulrótarkaka með rjómaosti

HRÁEFNI:
FYRIR KÖKUNA
- 1 bolli canola olía, auk meira til að smyrja
- 2 bollar alhliða hveiti, auk meira til að rykhreinsa
- 2½ tsk malaður kanill
- ¾ tsk matarsódi
- ½ tsk lyftiduft
- ½ tsk malað engifer
- ¼ teskeið salt
- ¼ tsk malaður múskat
- 1½ bollar kornsykur
- 1 bolli ósykrað eplamauk
- 3 bollar rifnar gulrætur

FYRIR FROSTINGINN
- ½ bolli vegan smjör, við stofuhita
- 1 (8 aura) ílát venjulegur vegan rjómaostur, örlítið mildaður
- 1 tsk vanilluþykkni
- 3 til 5 bollar flórsykur
- 1 til 2 matskeiðar jurtamjólk, ef þörf krefur

LEIÐBEININGAR:
a) Forhitið ofninn í 350ºF. Smyrðu og hveiti 9 x 13 tommu bökunarform.

b) Gerðu kökuna: Blandaðu saman hveiti, kanil, matarsóda, lyftidufti, engifer, salti og múskat í stórri skál. Bætið sykrinum, eplamaukinu og olíunni út í. Notaðu rafmagnshandþeytara og þeytið á miðlungs þar til slétt. Blandið gulrótunum varlega saman við.

c) Hellið deiginu í tilbúið form og bakið í 35 mínútur, eða þar til tannstöngull sem stungið er í miðjuna kemur hreinn út. Takið úr ofninum. Látið kólna alveg.

d) Gerðu frostinginn: Notaðu rafmagnshrærivél í stórri skál, þeytið smjörið, rjómaostinn og vanilluna á meðalhátt þar til það er loftkennt. Bætið sykrinum út í í 1 bolla þrepum þar til frostið er þykkt og hægt að dreifa. (Athugið að rjómaostafrost ætti að vera þykkara og stöðugra en smjörkrem. Notaðu nægan sykur til að ná þessari samkvæmni.) Ef frostið er of þykkt skaltu þynna það með mjólkinni. Ef frostið er of þunnt, bætið þá við flórsykri, 1 matskeið í einu, þar til það þykknar.

e) Dreifið frostinu jafnt yfir kökuna.

80.Tvöfalt súkkulaði Torte

HRÁEFNI:
FYRIR TORTE
- 1 bolli vegan smjör, brætt, auk meira til að smyrja
- 3 bollar alhliða hveiti, auk meira til að rykhreinsa
- 2 bollar mjólkurfríar hálfsætar súkkulaðiflögur
- 2 bollar kornsykur
- 1 bolli kakóduft með hollensku ferli
- 2 matskeiðar skyndikaffi
- 2 tsk lyftiduft
- 1 tsk matarsódi
- 1 bolli ósykrað eplamauk
- 1 bolli ósykrað kókosjógúrt
- 1 bolli heitt vatn

FYRIR FROSTINGINN
- 1 bolli vegan rjómaostur, við stofuhita
- 1 bolli kakóduft með hollensku ferli
- ⅓ bolli kornsykur
- 1 tsk vanilluþykkni
- ⅛ teskeið salt
- 2 bollar kókosþeyttur rjómi eða keyptur í búð
- 2 matskeiðar rifið mjólkurlaust 70% dökkt súkkulaði, til skrauts

LEIÐBEININGAR:
a) Forhitið ofninn í 350ºF. Smyrjið og hveiti 2 (9 tommu) kringlótt kökuform.
b) Gerðu torteið: Vinnið súkkulaðibitana og sykurinn í matvinnsluvél þar til franskarnir eru smátt saxaðir. Flyttu yfir í stóra skál. Bætið við hveiti, kakódufti, skyndikaffi, lyftidufti og matarsóda.
c) Bætið við eplasósu, jógúrt, vatni og smjöri. Þeytið þar til slétt. Skiptið deiginu jafnt á milli tilbúnu pönnuna.
d) Bakið í 25 til 30 mínútur, eða þar til tannstöngull sem stungið er í miðjuna kemur hreinn út. Takið úr ofninum. Látið kólna alveg áður en það er tekið af pönnunum, um 1½ klukkustund.
e) Gerðu frostinginn: Notaðu rafmagnshrærivél í stórri skál, þeytið rjómaostinn, kakóduftið, sykur, vanillu og salt á meðalhátt þar til slétt. Blandið þeyttum rjómanum saman við.
f) Skerið kökurnar í tvennt eftir endilöngu þannig að þið hafið 4 lög. Setjið 1 lag á kökuform og bætið ¼ af frostinu út í. Toppið með öðru lagi af köku. Endurtaktu þar til öll 4 kökulögin eru staflað og efsta lagið er frostað ofan á. Skreytið með dökku súkkulaðinu. Geymið í kæli í að minnsta kosti 4 klukkustundir áður en það er borið fram.

81.Ristað kókos lagkaka

HRÁEFNI:
FYRIR KÖKUNA
- ¾ bolli vegan smjör, við stofuhita, auk meira til að smyrja
- 1½ bollar rifin ósykrað kókos
- 1 (5 aura) dós kókosmjólk
- 1 matskeið eplaedik
- 3 bollar alhliða hveiti
- 2 tsk lyftiduft
- ½ tsk matarsódi
- ½ tsk salt
- 1½ bollar kornsykur
- 1 bolli ósykrað eplamauk
- 1 tsk vanilluþykkni
- 1 tsk kókoshnetuþykkni

FYRIR FROSTINGINN
- 2 bollar vegan smjör, við stofuhita
- 6 bollar flórsykur
- 1 tsk vanilluþykkni
- 1 tsk kókoshnetuþykkni

LEIÐBEININGAR:
a) Forhitið ofninn í 350ºF. Klæðið litla bökunarplötu með bökunarpappír. Smyrðu 2 (9 tommu) kringlótt kökuform, klæððu botnana með smjörpappír og smyrðu aftur.
b) Gerðu kökuna: Settu rifna kókoshnetuna í einu lagi á tilbúna bökunarplötu. Bakið, fylgist vel með til að brenna ekki, í um það bil 5 mínútur, eða þar til létt ristað. Takið úr ofninum. Látið kólna alveg.
c) Blandið saman mjólkinni og edikinu í 4 bolla mæliglas úr gleri. Látið standa í 5 mínútur.
d) Þeytið hveiti, lyftiduft, matarsóda og salt í stóra skál. Notaðu rafmagnshandþeytara í annarri stórri skál og kremðu saman sykri og smjöri á meðalhita í um það bil 5 mínútur, eða þar til létt og loftkennt. Bætið við eplamósu, vanillu og kókoshnetuþykkni. Blandið þar til blandast saman.
e) Lækkið hraða hrærivélarinnar niður í lágan. Byrjið og endar með þurrefnunum, bætið til skiptis þurrefnunum og mjólkurblöndunni út í, skafið niður skálina á milli hverrar útsetningar. Blandið varlega saman við ½ bolla af ristaðri kókos.
f) Skiptið deiginu jafnt á milli tilbúnu formanna og bakið í 40 til 45 mínútur, eða þar til tannstöngull sem stungið er í miðjuna kemur hreinn út. Takið úr ofninum. Látið kólna í 30 mínútur, flytjið síðan yfir á vírgrind til að klára kælingu.
g) Gerðu frostinginn: Notaðu rafmagnshrærivél í stórri skál og þeytið smjörið á meðalhátt þar til það er fölt og rjómakennt. Lækkið hraðann í miðlungs og bætið sykrinum út í, ½ bolli í einu, hrærið vel á milli hverrar útsetningar. Bætið vanillu, kókosþykkni og ½ bolla af ristaðri kókos saman við. Blandið þar til blandast saman.
h) Jafnaðu ofan af kökunum (sjá tækniráð), settu síðan 1 kökulag á disk. Bætið ⅓ af frostinu út í og sléttið út í jafnt lag sem þekur kökuna. Setjið afganginn af kökunni ofan á og síðan af frostinu sem eftir er. Notaðu offset spaða, sléttu frostið niður hliðarnar til að frosta alla kökuna. Stráið hinum ½ bolla af ristaðri kókos yfir.

82.Kaka í krús

HRÁEFNI:
- 3 matskeiðar af möndlumjöli
- 1 banani, stappaður
- ½ tsk lyftiduft
- 1 matskeið kókosblómasykur
- ½ tsk malaður kanill
- Klípa af möluðu engifer
- Klípa af salti
- 1 msk möndluolía, milduð
- ½ tsk lífrænt vanilluþykkni

LEIÐBEININGAR:
a) Blandið öllu hráefninu saman í blöndunarskál og hrærið vel.
b) Flyttu yfir í krús sem þolir örbylgjuofn.
c) Örbylgjuofn á miklu afli í um 2 mínútur.

83.Kakókaka - Kakakókaka

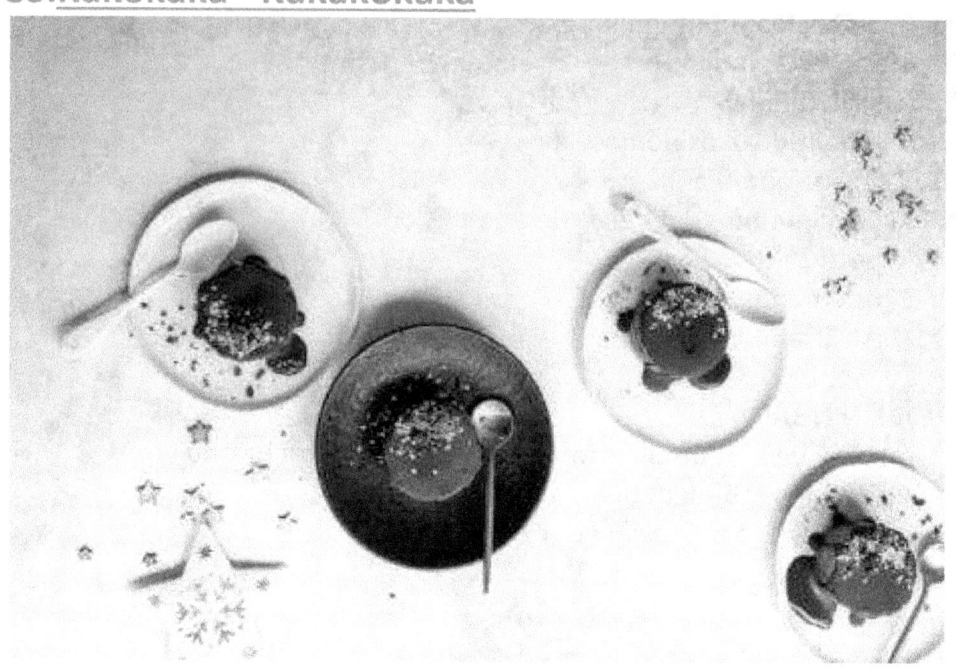

HRÁEFNI:

- 1 bolli + 1 hrúga matskeið) kastaníumjöli
- 1/2 bolli malaðar möndlur
- 3 matskeiðar hörfræ blandað saman við 9 matskeiðar af vatni
- 1/2 tsk rjómi af tartar
- 1/2 bolli hrátt kakóduft
- nokkra dropa af steviu
- 3/4 bolli kókosmjólk
- 1/2 tsk matarsódi
- Muldar kastaníuhnetur

LEIÐBEININGAR:

a) Forhitið ofninn í 180C blástur (350F).
b) Smyrjið tertu-/tertuform.
c) Blandið hörfræblöndunni og vínsteinsrjóma saman í hreina blöndunarskál. Setja til hliðar.
d) Í annarri blöndunarskál skaltu blanda saman kastaníumjöli, möluðum möndlum, steviu, hráu kakói, matarsóda og kókosmjólk.
e) Blandið hörfræ/vínsteinsblöndunni saman við.
f) Hellið í tertu/tertuformið.
g) Stráið muldum kastaníuhnetum yfir, ef vill.
h) Bakið í 35-40 mínútur á miðri grind.

84.Svartskógarkaka

HRÁEFNI:
FYRIR KÖKUNA
- ½ bolli canola olía, auk meira til að smyrja
- ⅔ bolli kakóduft með hollensku vinnslu, auk meira til að rykhreinsa
- 1 bolli ósykrað möndlumjólk
- 1 matskeið ferskur sítrónusafi
- 1¾ bollar alhliða hveiti
- 2 tsk matarsódi
- 1 tsk lyftiduft
- 1 tsk salt
- 1½ bollar kornsykur
- 1 bolli bruggað kaffi, heitt
- ½ bolli ósykrað eplamósa
- 2 tsk vanilluþykkni

FYRIR FYLLINGU:
- 1 (21 aura) dós kirsuberjabökufylling
- 1 msk möndluþykkni

FYRIR ÁFRAM: S
- 2 uppskriftir Kókosþeyttur rjómi, kældur eða 1 (8 eyri) ílát keypt í verslun
- Fersk eða niðursoðin dökk sæt kirsuber, til skrauts (valfrjálst)
- 2 bollar rifið mjólkurlaust 70% dökkt súkkulaði, til skrauts (valfrjálst)

LEIÐBEININGAR:
a) Forhitið ofninn í 350ºF. Smyrjið botn og hliðar 2 (9 tommu) kringlóttra kökuforma og stráið með kakódufti.

GERÐU KÖKU:
b) Blandið saman mjólkinni og sítrónusafanum í mælibolla úr gleri. Látið standa í um 5 mínútur.
c) Þeytið hveiti, kakóduft, matarsóda, lyftiduft og salt í stóra skál.
d) Blandið saman sykri, mjólkurblöndu, kaffi, eplamósu, olíu og vanillu í meðalstórri skál. Þeytið þar til slétt en þunnt deig myndast.
e) Skiptið jafnt á milli tilbúnu kökuformanna, sléttið út toppana og bakið í 30 til 35 mínútur, eða þar til tannstöngull sem stungið er í miðjuna kemur hreinn út.
f) Takið úr ofninum. Látið kólna í 15 mínútur, flytjið síðan yfir á vírgrind til að kólna alveg. Setjið plastfilmu yfir og kælið í að minnsta kosti 4 klukkustundir (allt að yfir nótt).

GERÐU FYLLINGuna:
g) Blandið saman bökufyllingunni og möndluþykkni í meðalstórri skál.
h) Skerið kökurnar í tvennt lárétt. Settu 1 lag á kökustall eða disk. Bætið þunnu lagi af þeyttum rjóma út í og setjið helminginn af fyllingunni yfir.
i) Toppið með öðru lagi af köku og þykku lagi (um ½ tommu) af þeyttum rjóma.
j) Bætið öðru lagi af köku og toppið með afganginum af fyllingunni.
k) Settu síðasta lagið af kökunni ofan á og notaðu afganginn af þeyttum rjómanum. Skreytið með kirsuberjum (ef það er notað) og súkkulaðinu (ef það er notað).

85. Pumpkin Dump kaka

HRÁEFNI:
- 30 aura graskersbökumauk
- 2 hör egg
- 1 dós af jurtamjólk
- ½ askja gul kökublanda
- 1 bolli saxaðar valhnetur
- ½ bolli plöntumiðað smjör

LEIÐBEININGAR:
a) Forhitið ofninn í 350 gráður Fahrenheit.
b) Notaðu hrærivél og blandaðu vandlega saman graskersbökumauki og jurtamjólk.
c) Hellið hráefninu í 11x7 eða 8x8 pönnu .
d) Þeytið aðeins ½ kassa af þurrkökublöndu ofan á.
e) Toppið með saxuðum valhnetum og ½ bolli bræddu plöntusmjöri.
f) Bakið í um 40 mínútur.
g) Látið kólna þar til tilbúið til framreiðslu.

86. Deeply Delish Frosted Súkkulaðikaka

HRÁEFNI:
FYRIR KÖKUNA
- 5 matskeiðar jurtaolía, auk meira til að smyrja
- 1½ bolli alhliða hveiti
- 1 bolli kornsykur
- ¼ bolli kakóduft með hollensku vinnslu, auk meira til að rykhreinsa
- 1 tsk matarsódi
- ½ tsk salt
- 1 bolli vatn
- 1 tsk hvítt edik
- 1 tsk vanilluþykkni

FYRIR FROSTINGINN
- Jurtaolía, til smurningar
- 2 bollar mjólkurfríar hálfsætar súkkulaðiflögur
- 1 (14 aura) dós þétt kókosmjólk
- 1 tsk vanilluþykkni
- ½ bolli súkkulaðisíróp, auk meira eftir þörfum
- ¼ bolli vegan súkkulaðisúkkulaði, til skrauts

LEIÐBEININGAR:
a) Forhitið ofninn í 350°F. Smyrðu 8 x 8 tommu bökunarform.
b) Gerðu kökuna: Blandaðu saman hveiti, sykri, kakódufti, matarsóda og salti í stórri skál. Bætið við vatni, olíu, ediki og vanillu. Hrærið þar til engir kekkir eru eftir.
c) Hellið í tilbúna pönnuna og bakið í 30 til 35 mínútur, eða þar til tannstöngull sem stungið er í miðjuna kemur hreinn út. Takið úr ofninum. Látið kólna í 10 mínútur og kælið síðan í 1 klst.
d) Gerðu frosting: Smyrjið 8 x 8 tommu bökunarform og klæddu með bökunarpappír.
e) Hitið súkkulaðibitana og þétta mjólkina í hitaþolinni glerskál yfir potti sem er fyllt með 2 til 3 tommum af sjóðandi vatni, hrærið oft í um það bil 5 mínútur, eða þar til súkkulaðibitarnir hafa bráðnað og blandað saman við mjólkina. . Hrærið vanillu út í.
f) Flyttu yfir á tilbúna pönnu og kældu í um það bil 2 klukkustundir, eða þar til það er alveg kælt.
g) Notaðu rafmagnshandþeytara í stórri skál og þeytið kældu frostblönduna og súkkulaðisírópið á meðalhátt í 5 til 10 mínútur, eða þar til það er ljóst. Ef frostið er enn of þykkt skaltu bæta við meira sírópi, 1 matskeið í einu.
h) Flyttu kreminu yfir í sprautupoka með stórum stjörnuodda og pípukremsrósettum í röðum þar til kakan er þakin, eða frostaðu kökuna alveg með offsetspaða.
i) Skreytið með stráinu. Geymið í kæli þar til borið er fram.

EKKI BAKKAÐUR

87. No-Bake rommkaka

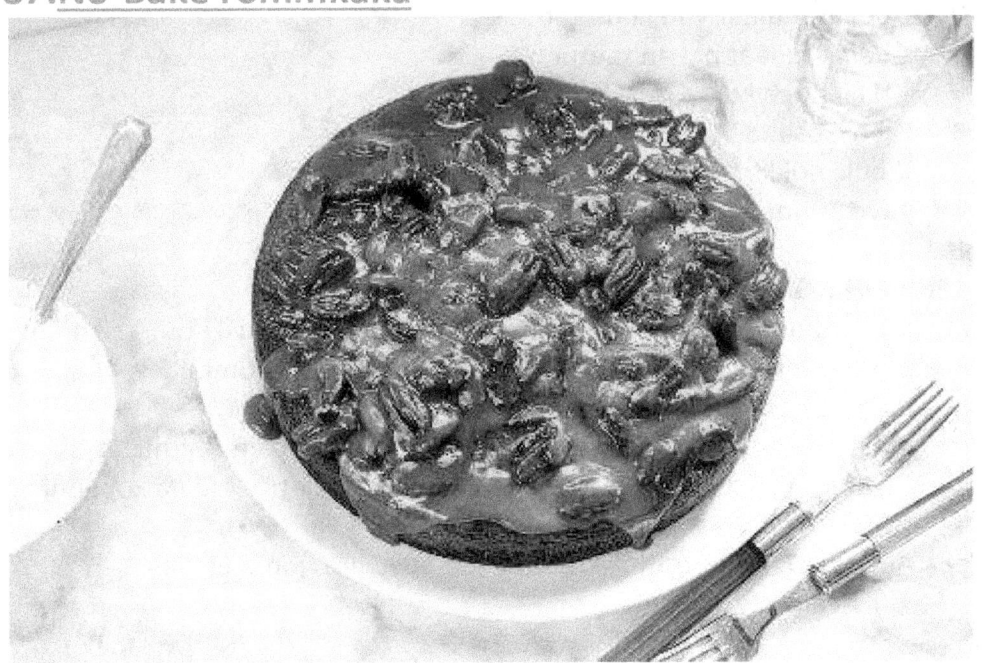

HRÁEFNI:
- 2 bollar muldar vanilludiskar
- 1 bolli saxaðar pekanhnetur
- 1 bolli flórsykur
- ½ bolli ósaltað smjör, brætt
- ¼ bolli dökkt romm
- Þeyttur rjómi til skrauts (má sleppa)

LEIÐBEININGAR:
a) Í blöndunarskál, blandið saman muldum vanilluskífum, söxuðum pekanhnetum, flórsykri, bræddu smjöri og dökku rommi.
b) Blandið þar til innihaldsefnin eru að fullu felld inn.
c) Þrýstu blöndunni í smurt 9 tommu springform eða ferhyrnt fat.
d) Geymið í kæli í að minnsta kosti 2 klukkustundir til að leyfa kökunni að stífna.
e) Áður en borið er fram, skreytið með þeyttum rjóma ef vill.

88.No-Bake sjölaga kaka

HRÁEFNI:
- 1 pakki graham kex
- 1 bolli ósaltað smjör, brætt
- 1 bolli rifinn kókos
- 1 bolli saxaðar hnetur (td valhnetur, pekanhnetur)
- 1 bolli súkkulaðibitar
- 1 bolli butterscotch franskar
- 1 bolli sykruð þétt mjólk

LEIÐBEININGAR:
a) Klæðið botninn á rétthyrndu fati með graham kexum.
b) Blandið í skál bræddu smjöri, rifnum kókoshnetu, söxuðum hnetum, súkkulaðiflögum, smjörkökum og sykraða niðursoðnu mjólk þar til það hefur blandast vel saman.
c) Dreifið lagi af blöndunni yfir graham kexin.
d) Endurtaktu lögin af graham kexum og blöndunni þar til öll hráefnin eru notuð, endaðu með lagi af blöndunni ofan á.
e) Geymið í kæli í að minnsta kosti 4 klukkustundir eða yfir nótt til að leyfa kökunni að harðna.
f) Skerið niður og njótið ljúffengrar sjö laga köku sem ekki er bakað.

89.No-Bake súkkulaðikremkaka

HRÁEFNI:

- 2 pakkar súkkulaði samlokukökur
- ½ bolli ósaltað smjör, brætt
- 2 bollar þungur rjómi
- ¼ bolli flórsykur
- 1 tsk vanilluþykkni
- Súkkulaðispænir eða kakóduft til skrauts (valfrjálst)

LEIÐBEININGAR:

a) Myljið súkkulaðisamlokukökurnar í fína mola með matvinnsluvél eða með því að setja þær í lokaðan plastpoka og mylja með kökukefli.
b) Í blöndunarskál, blandaðu smákökumolunum og bræddu smjöri saman þar til blandan líkist blautum sandi.
c) Þrýstið kökublöndunni í botninn á smurðu springformi til að mynda skorpuna. Sett í kæli til að kæla.
d) Þeytið þungan rjóma, flórsykur og vanilluþykkni í sérstakri blöndunarskál þar til stífir toppar myndast.
e) Dreifið lagi af þeyttum rjómanum yfir kælda kökuskorpuna.
f) Endurtakið með öðru lagi af smákökumola og þeyttum rjóma þar til allt hráefnið er notað, endið með lag af þeyttum rjóma ofan á.
g) Kælið kökuna í kæli í að minnsta kosti 4 klukkustundir eða þar til hún hefur stífnað.
h) Áður en borið er fram, skreytið með súkkulaðispæni eða stráið með kakódufti ef vill.
i) Skerið niður og njótið þessarar decadent óbakaða súkkulaðirjómatertu!

90.No-Bake ávaxtakaka

HRÁEFNI:
- 2 bollar blandaðir þurrkaðir ávextir (eins og rúsínur, trönuber, hakkaðar döðlur og apríkósur)
- ½ bolli ósaltað smjör
- ½ bolli púðursykur
- ½ bolli eplasafi eða appelsínusafi
- 2 bollar muldar graham kex eða vanilludiskar
- ½ bolli saxaðar hnetur (eins og valhnetur eða möndlur)
- ½ bolli rifin kókos
- 1 tsk malaður kanill
- ½ tsk malaður múskat
- ¼ tsk malaður negull
- ¼ teskeið salt
- ½ bolli flórsykur (til að strjúka)

LEIÐBEININGAR:
a) Blandið saman þurrkuðum ávöxtum, smjöri, púðursykri og eplasafa eða appelsínusafa í pott.
b) Látið suðuna koma upp við meðalhita, hrærið stöðugt í.
c) Lækkið hitann í lágan og látið malla í 5 mínútur, hrærið af og til.
d) Takið pottinn af hitanum og látið blönduna kólna í nokkrar mínútur.
e) Í stórri blöndunarskál skaltu sameina mulið graham-kex eða vanilludiskur, saxaðar hnetur, rifinn kókos, malaðan kanil, mulinn múskat, mulinn negul og salt.
f) Hellið kældu ávaxtablöndunni yfir þurrefnablönduna. Hrærið þar til það hefur blandast vel saman.
g) Klæðið brauðform eða kökuform með plastfilmu eða bökunarpappír, látið eitthvað umfram hanga yfir hliðunum.
h) Flyttu ávaxtakökublönduna yfir á tilbúna pönnuna, þrýstu henni vel niður.
i) Brjótið umfram plastfilmu eða smjörpappír yfir kökuna.
j) Kælið ávaxtakökuna í að minnsta kosti 4 klukkustundir eða yfir nótt.
k) Áður en hún er borin fram, takið kökuna af pönnunni og stráið flórsykri yfir.
l) Skerið niður og njótið þessarar röku og bragðmiklu ávaxtatertu án baka!

91. No-Bake Matzoh Layer Cake

HRÁEFNI:
- 4-6 bitar af súkkulaði matzoh
- 2 bollar þeyttur rjómi eða þeyttur álegg
- 1 bolli ávaxtasósur (eins og hindber eða jarðarber)
- Fersk ber til skrauts (valfrjálst)

LEIÐBEININGAR:
a) Settu lag af matzoh bitum í einu lagi á disk eða disk.
b) Dreifðu lagi af þeyttum rjóma eða þeyttu áleggi yfir matzoh.
c) Dreifið lagi af ávaxtasósu yfir þeytta rjómann.
d) Endurtaktu lögin þar til þú klárar hráefnin, endar með lag af þeyttum rjóma ofan á.
e) Kælið matzoh lagkökuna í að minnsta kosti 4 klukkustundir eða yfir nótt til að leyfa matzoh að mýkjast.
f) Áður en borið er fram, skreytið með ferskum berjum ef vill.
g) Skerið og njótið þessarar ljúffengu og einstöku matzoh lagtertu án baka!

92. Óbakað kirsuberjakaka

HRÁEFNI:
- 2 bollar graham cracker mola
- ½ bolli ósaltað smjör, brætt
- 2 (8 aura) pakkar rjómaostur, mildaður
- 1 bolli flórsykur
- 1 tsk vanilluþykkni
- 1 bolli þungur rjómi, þeyttur
- 1 (21 aura) dós kirsuberjabökufylling

LEIÐBEININGAR:
a) Í meðalstórri skál, blandaðu saman Graham cracker molunum og bræddu smjöri. Blandið þar til molarnir eru jafnhúðaðir með smjöri.
b) Þrýstu molablöndunni í botninn á 9 tommu springformi og búðu til jafnt lag. Settu pönnuna í kæli til að kæla á meðan fyllingin er útbúin.
c) Þeytið rjómaostinn í stóra blöndunarskál þar til hann er sléttur og rjómalögaður.
d) Bætið flórsykrinum og vanilluþykkni út í rjómaostinn og haltu áfram að þeyta þar til það hefur blandast vel saman.
e) Blandið þeyttum rjómanum varlega saman við.
f) Hellið rjómaostablöndunni yfir kældu skorpuna í springforminu og dreifið henni jafnt yfir.
g) Hellið kirsuberjafyllingunni yfir rjómaostablönduna og dreifið henni út til að mynda lag.
h) Hyljið pönnuna með plastfilmu og setjið í kæli í að minnsta kosti 4 klukkustundir eða yfir nótt til að stífna.
i) Þegar búið er að stilla skaltu fjarlægja hliðarnar á springforminu og sneiða kökuna til að bera fram. Njóttu ljúffengrar óbakaðrar kirsuberjaköku!

93.No-Bake Mango kókos kaka

HRÁEFNI:
- 2 bollar graham cracker mola
- 1 bolli ósykrað rifin kókos
- 1 bolli mangómauk
- 1 bolli þeyttur rjómi
- ½ bolli þétt mjólk
- ¼ bolli brætt smjör
- Ferskar mangó sneiðar til skrauts

LEIÐBEININGAR:
a) Í blöndunarskál, blandið saman Graham cracker mola, rifnum kókos og bræddu smjöri. Blandið þar til molarnir eru húðaðir.
b) Þrýstið helmingnum af mylsnunni í botninn á hringlaga kökuformi eða springformi til að búa til skorpu.
c) Blandið saman mangómauki og þéttri mjólk í sérstakri skál þar til það hefur blandast vel saman.
d) Blandið þeyttum rjómanum út í mangóblönduna þar til það er slétt.
e) Hellið mangóblöndunni yfir skorpuna í kökuforminu.
f) Stráið afganginum af molablöndunni ofan á sem skraut.
g) Geymið í kæli í a.m.k. 4 klukkustundir eða þar til stíft.
h) Áður en borið er fram, skreytið með ferskum mangósneiðum.

94. No-Bake hnetusmjör súkkulaðikaka

HRÁEFNI:
- 2 bollar súkkulaðismákökur, muldar
- 1 bolli rjómalagt hnetusmjör
- 1 bolli flórsykur
- 1 bolli þeyttur rjómi
- ½ bolli bráðið súkkulaði til að hella yfir
- Muldar jarðhnetur til skrauts

LEIÐBEININGAR:
a) Í blöndunarskál, blandið saman muldum súkkulaðiskúffukökum, hnetusmjöri, flórsykri og þeyttum rjóma. Blandið þar til það hefur blandast vel saman.
b) Þrýstið helmingnum af blöndunni í botninn á hringlaga kökuformi eða springformi til að búa til skorpu.
c) Dreifið lagi af bræddu súkkulaði yfir skorpuna.
d) Hellið afganginum af hnetusmjörsblöndunni yfir súkkulaðilagið.
e) Dreypið bræddu súkkulaði ofan á sem skraut.
f) Stráið muldum hnetum yfir kökuna.
g) Geymið í kæli í a.m.k. 4 klukkustundir eða þar til stíft.

95.No-Bake jarðarberja límonaði kaka

HRÁEFNI:
- 2 bollar graham cracker mola
- 1 bolli brætt smjör
- 1 bolli jarðarberjamauk
- 1 bolli þeyttur rjómi
- ½ bolli flórsykur
- Börkur af 2 sítrónum
- Fersk jarðarber til skrauts

LEIÐBEININGAR:
a) Í blöndunarskál, blandið saman graham cracker mola og bræddu smjöri. Blandið þar til molarnir eru húðaðir.
b) Þrýstið helmingnum af mylsnunni í botninn á hringlaga kökuformi eða springformi til að búa til skorpu.
c) Blandið saman í sérstakri skál jarðarberjamauki, þeyttum rjóma, flórsykri og sítrónuberki þar til það hefur blandast vel saman.
d) Hellið jarðarberjablöndunni yfir skorpuna í kökuforminu.
e) Dreifið blöndunni jafnt yfir og sléttið toppinn.
f) Geymið í kæli í a.m.k. 4 klukkustundir eða þar til stíft.
g) Áður en borið er fram, skreytið með ferskum jarðarberjum.

96. No-Bake Cookie Crumble Cheesecake

HRÁEFNI:
- 2 bollar smákökumola
- ½ bolli ósaltað smjör, brætt
- 16 oz rjómaostur, mildaður
- 1 bolli flórsykur
- 1 tsk vanilluþykkni
- 1 bolli þungur rjómi
- Kökumola til skrauts (valfrjálst)

LEIÐBEININGAR:
a) Í hrærivélarskál, blandið saman smákökumola og bræddu smjöri. Hrærið þar til molarnir eru jafnhúðaðir.
b) Þrýstu blöndunni í botninn á smurðri eða fóðruðu 9 tommu springformi til að mynda skorpuna.
c) Setjið í kæli til að kæla á meðan fyllingin er útbúin.
d) Í sérstakri blöndunarskál, þeytið rjómaost, flórsykur og vanilluþykkni þar til slétt og rjómakennt.
e) Þeytið þungan rjómann í annarri skál þar til stífir toppar myndast.
f) Blandið þeyttum rjómanum varlega saman við rjómaostablönduna þar til hann hefur blandast að fullu saman.
g) Hellið fyllingunni yfir tilbúna skorpuna og dreifið henni jafnt.
h) Stráið viðbótarkökumola ofan á ef vill.
i) Kælið ostakökuna í kæli í að minnsta kosti 4 klukkustundir eða þar til hún hefur stífnað.
j) Skerið og berið fram þessa yndislegu óbakaða kexmola ostaköku!

97.No-Bake Ananas Chiffon ostakaka

HRÁEFNI:
- 1 ½ bolli graham cracker mola
- ¼ bolli ósaltað smjör, brætt
- 8 oz ljós rjómaostur, mildaður
- ½ bolli flórsykur
- 1 dós (20 oz) mulinn ananas, tæmd
- 1 bolli þeyttur álegg (svo sem Cool Whip eða heimagerður þeyttur rjómi)

LEIÐBEININGAR:
a) Í blöndunarskál, blandið saman graham cracker mola og bræddu smjöri. Hrærið þar til molarnir eru jafnhúðaðir.
b) Þrýstu blöndunni í botninn á smurðu eða fóðruðu 9 tommu bökuformi til að mynda skorpuna. Setjið í kæli til að kæla á meðan fyllingin er útbúin.
c) Í sérstakri blöndunarskál, þeytið ljósan rjómaost og flórsykur þar til slétt og rjómakennt.
d) Brjótið niður mulinn ananas og þeytta áleggið saman við þar til það hefur blandast vel saman.
e) Hellið fyllingunni yfir tilbúna skorpuna og dreifið henni jafnt.
f) Kælið ostakökuna í kæli í að minnsta kosti 4 klukkustundir eða þar til hún hefur stífnað.
g) Skerið niður og njóttu þessarar léttu og frískandi ananas chiffon ostaköku án bakaðrar!

98. No-Bake Eggnog Ostakaka

HRÁEFNI:
- 1 ½ bolli engiferkökumola
- ¼ bolli ósaltað smjör, brætt
- 16 oz rjómaostur, mildaður
- 1 bolli flórsykur
- 1 tsk vanilluþykkni
- ½ tsk malaður múskat
- ½ bolli eggjakaka
- Þeyttur rjómi og malaður múskat til skrauts (má sleppa)

LEIÐBEININGAR:
a) Í hrærivélarskál, blandið saman engiferkökumola og bræddu smjöri. Hrærið þar til molarnir eru jafnhúðaðir.
b) Þrýstu blöndunni í botninn á smurðri eða fóðruðu 9 tommu springformi til að mynda skorpuna. Setjið í kæli til að kæla á meðan fyllingin er útbúin.
c) Í sérstakri blöndunarskál, þeytið rjómaost, flórsykur, vanilluþykkni og mulinn múskat þar til slétt og rjómakennt.
d) Bætið eggjasnakknum smám saman út í rjómaostablönduna og þeytið þar til það hefur blandast vel saman.
e) Hellið fyllingunni yfir tilbúna skorpuna og dreifið henni jafnt.
f) Kælið ostakökuna í kæli í að minnsta kosti 4 klukkustundir eða þar til hún hefur stífnað.
g) Áður en borið er fram, skreytið með þeyttum rjóma og stráið af möluðum múskati ef vill.
h) Skerið og njótið þessarar hátíðlegu og bragðmiklu óbakaða eggjaköku ostaköku!

99.No-Bake Philly sumar ostakaka

HRÁEFNI:
- 2 bollar graham cracker mola
- ½ bolli ósaltað smjör, brætt
- 2 (8 aura) pakkar rjómaostur, mildaður
- 1 bolli flórsykur
- 1 tsk vanilluþykkni
- 1 bolli þungur rjómi
- ¼ bolli ferskur sítrónusafi
- Börkur af 1 sítrónu
- Fersk ber eða ávextir að eigin vali sem álegg

LEIÐBEININGAR:
a) Í meðalstórri skál, blandaðu saman Graham cracker molunum og bræddu smjöri. Blandið þar til molarnir eru jafnhúðaðir með smjöri.
b) Þrýstu molablöndunni í botninn á 9 tommu springformi og búðu til jafnt lag. Settu pönnuna í kæli til að kæla á meðan fyllingin er útbúin.
c) Þeytið rjómaostinn í stóra blöndunarskál þar til hann er sléttur og rjómalögaður.
d) Bætið flórsykrinum og vanilluþykkni út í rjómaostinn og haltu áfram að þeyta þar til hann er vel blandaður og loftkenndur.
e) Þeytið rjómann í sérstakri skál þar til stífir toppar myndast.
f) Blandið þeyttum rjómanum varlega saman við rjómaostablönduna.
g) Bætið ferskum sítrónusafanum og sítrónuberkinum út í fyllinguna og blandið saman þar til allt hefur blandast vel saman.
h) Fjarlægðu springformið úr kæliskápnum og helltu fyllingunni yfir graham cracker skorpuna, sléttaðu toppinn með spaða.
i) Hyljið pönnuna með plastfilmu og setjið í kæli í að minnsta kosti 4 klukkustundir eða yfir nótt til að stífna.
j) Áður en borið er fram skaltu fjarlægja hliðarnar af springforminu varlega.
k) Toppaðu ostakökuna með ferskum berjum eða ávöxtum að eigin vali.
l) Skerið í sneiðar og berið fram kælt. Njóttu!

100. No-Bake Apríkósu Chiffon ostakaka

HRÁEFNI:

- 2 bollar graham cracker mola
- ½ bolli ósaltað smjör, brætt
- 1 (8 aura) pakki rjómaostur, mildaður
- ½ bolli flórsykur
- 1 tsk vanilluþykkni
- 1 bolli þungur rjómi, þeyttur
- 1 bolli apríkósukonur
- 1 matskeið gelatín
- ¼ bolli vatn

LEIÐBEININGAR:

a) Fylgdu skrefum 1-6 frá fyrri uppskrift til að undirbúa graham kex skorpu og rjómaostfyllinguna.
b) Í lítilli örbylgjuþolinni skál, stráið matarlíminu yfir vatnið og látið það standa í 5 mínútur til að mýkjast.
c) Hitið gelatínblönduna í örbylgjuofn í um 20 sekúndur eða þar til gelatínið er alveg uppleyst. Látið kólna aðeins.
d) Þeytið rjómann í sérstakri skál þar til mjúkir toppar myndast.
e) Blandið þeyttum rjómanum varlega saman við rjómaostablönduna.
f) Hellið kældu gelatínblöndunni smám saman út í rjómaostablönduna á meðan hún er stöðugt að brjóta saman.
g) Dreifið apríkósusoðinu yfir graham cracker skorpuna.
h) Hellið rjómaostablöndunni yfir soðið og dreifið jafnt yfir.
i) Hyljið pönnuna með plastfilmu og setjið í kæli í að minnsta kosti 4 klukkustundir eða yfir nótt til að stífna.
j) Þegar búið er að stilla skaltu fjarlægja hliðarnar á springforminu og sneiða ostakökuna til að bera fram. Njóttu dúnkenndu og yndislegu apríkósu chiffon ostakökunnar án baka!

NIÐURSTAÐA

Þegar við ljúkum ferð okkar í gegnum "Bestu náttúrulegu kökurnar: matreiðslubók" vona ég að bakstur ykkar hafi verið yndisleg samruni bragðs og vellíðan. Þessi matreiðslubók er meira en leiðarvísir; þetta er hátíð gleðinnar sem kemur frá því að gæða sér á ljúffengum kökum sem eru búnar til með góðgæti náttúrulegra hráefna.

Þakka þér fyrir að vera með mér í þessari könnun um náttúrulega sætleika og heilsumeðvitaða eftirlátssemi. Megi uppskriftirnar sem þú hefur uppgötvað verða dýrmætur hluti af bökunarskránni þinni og fylla heimili þitt af ilm af hollu góðgæti. Þegar þú nýtur síðustu sneiðarinnar af vandlega unnnu náttúrulegu kökunni þinni, megi það vera ljúf áminning um að bakstur getur verið bæði hátíð og nærandi upplifun.

Hér er gleðin yfir hollum bakstri, ánægjunni af því að njóta náttúrulegs sætleika og viðvarandi ánægju af því að búa til kökur sem eru jafn góðar fyrir sálina og þær eru fyrir bragðlaukana. Gleðilegan bakstur og dekrið!

www.ingramcontent.com/pod-product-compliance
Lightning Source LLC
Chambersburg PA
CBHW050147130526
44591CB00033B/992